Bát-nhã Tâm Kinh
Giảng Luận

Nguyễn Vĩnh Thượng

Toronto
2022

BÁT NHÃ TÂM KINH - giảng luận

*Kính dâng quyển sách này lên tam bảo: **Phật, Pháp** và **Tăng**.

* Đặc biệt kính dâng hương linh **thân phụ Nguyễn Vĩnh Phát** và **thân mẫu Nguyễn thị Quỳnh**.

* Kính dâng giác linh **các vị thầy học của tôi**:

- GS TS Hoà thượng **Thích Thiên Ân**
    Cựu Trưởng ban Sử học và GS Triết học Đông phương tại ĐHVK Sài Gòn.
    Cựu Giáo sư Phật học tại Viện Cao đẳng Phật học Sài Gòn
    Cựu Khoa trưởng Phân khoa Văn học và Khoa học Nhân văn, Viện ĐH Vạn-Hạnh.
    Cựu Giáo sư tại Đại học Nam California, Los Angeles.
    Cùng với nhiều thiền sư sáng lập University of Oriental Studies, California.

- GS TS Hoà thượng **Thích Thanh Kiểm**
    Cựu Giáo sư Phật học tại Viện Cao đẳng Phật học Sài gòn và Đại học Vạn Hạnh.
- GS TS Linh mục **Lê Tôn Nghiêm**
    Cựu Giáo sư triết học Tây phương tại ĐH Văn Khoa Sài gòn, Huế, Đà lạt, ĐH Vạn Hạnh.
- GS TS **Nguyễn Thanh Liêm**
    Cựu Thứ Trưởng Bộ Văn Hoá Giáo Dục và Thanh Niên VNCH, Sài gòn.

* Đặc biệt kính dâng **tất cả thầy cô đã dạy tôi**.

*Mến tặng tất cả **các bạn bè của những ngày tháng cũ**.

Góp ý và phê bình, thư về:
vinhthuong.toronto@gmail.com

Xuất bản lần đầu: Toronto, June2018
Tái bản lần thứ hai: Toronto, Jan 2022
Copyright©2022NguyenVinhThuong

MỤC LỤC

LỜI GIỚI THIỆU 7

LỜI NÓI ĐẦU 11

CHƯƠNG MỘT :   DẪN NHẬP 12

    I.- TỰA CỦA BÁT-NHÃ TÂM KINH 12

    II.- GIẢI THÍCH Ý NGHĨA CỦA TÂM KINH 15

    III.- ĐƯỜNG VÀO BÁT-NHÃ TÂM KINH 17

        1.- Bát-nhã Tâm kinh trong kho tàng văn học Bát-nhã của Phật giáo Đại thừa/Phật giáo Phát triển 20

        2.- Triết học Bát-nhã 20

            2.1. Ý nghĩa của tánh không 21

            2.2. Ý nghĩa triết học của tự tánh 23

CHƯƠNG HAI :   NGUYÊN VĂN HÁN NGỮ của Ngài Huyền Trang 26

               PHIÊN ÂM HÁN VIỆT - Bản VIỆT DỊCH TÂM KINH của NVT 26

CHƯƠNG BA :   ĐẠI Ý CỦA TÂM KINH 36

CHƯƠNG BỐN :   BỐ CỤC CỦA TÂM KINH 37

CHƯƠNG NĂM :   TÂM KINH CHÚ GIẢNG 41

    I.- PHẦN MỞ ĐẦU 41

        1.- Đề tài của bài Kinh: Prajna Paramita. (Phiên âm Hv. Bát-nhã Ba-la-mật-đa) 42

        2.- Thời điểm thuyết giảng bài Tâm Kinh 42

        3.- Địa điểm 43

4.-Ai là bậc thầy đã thuyết giảng Tâm Kinh? 43

5.-Thính chúng 44

6.-Các nhân vật chính trong Tâm Kinh 44

7.-Tự tánh của ngũ uẩn là Không. 45

II.-PHẦN CHÍNH CỦA TÂM KINH - Theo bản Hán ngữ của Ngài Huyền Trang. 46

1.-Tự tánh của ngũ uẩn là Không: Đoạn I 46

NGŨ UẨN là gì? 47

2.- Nguyên lý bất nhị giữa ngũ uẩn và Không: Đoạn II 51

2.1. Nhắc lại ý niệm về "tánh Không" 51

2.2. Tóm lược các học thuyết có liên hệ đến triết lý "tánh Không" 52

2.2.1. Thuyết nhị nguyên (Dualism) 52

2.2.2. Thuyết bất nhị (Non-dualism) 53

2.2.3. Thuyết đa nguyên (Pluralism) 56

2.3. Hai chân lý 56

2.4. Sắc tức thị Không, Không tức thị sắc. 58

2.5. Sắc bất dị Không, Không bất dị Sắc. 60

3.- Chứng minh nguyên lý bất nhị bằng phương pháp phủ định: Đoạn III và IV 61

3.1. Quán chiếu tất cả các hiện tượng đều có tướng Không: đoạn III 61

3.2. Quán chiếu "tướng Không"/ "tánh Không" của tất cả các hiện tượng: đoạn IV - Một loạt các phủ định. 70

3.2.1. Phủ định thế gian phá 72

3.2.2.1. Phủ định ngũ uẩn (như một điệp khúc) 72

3.2.1.2. Phủ định 12 xứ 73

3.2.1.3. Phủ định 18 giới 73

3.2 2. Phủ định xuất thế gian pháp 74

3.2.2.1. Phủ định 12 Nhân duyên 74

3.2.2.2. Phủ định Tứ Diệu Đế 83

3.2.2.3. Phủ định "trí tuệ" và phủ định "chứng đắc" 87

   LỤC ĐỘ BA-LA-MẬT-ĐA là gì? 88

4.- Khẳng định việc thực hành phép tu "trí tuệ siêu việt" sẽ đạt được giác ngộ: đoạn V và VI 92

5. Câu thần chú: đoạn VII 98

  5.1. Diệu dụng của Tâm Kinh 99

  5.2. Ý nghĩa câu thần chú 100

 III.-PHẦN KẾT LUẬN - bổ sung theo Tâm Kinh Phạn ngữ, bản dài. 102

CHƯƠNG SÁU :   TỔNG KẾT **104**

TÀI LIỆU THAM KHẢO BÁT-NHÃ TÂM KINH 107

TIỂU SỬ TÁC GIẢ 112

LỜI GIỚI THIỆU

GS Trần Huệ, Ed. D.
Cựu GS trường ĐH Sư Phạm Sài Gòn
Cựu Chuyên viên Giáo dục Học khu Evergreen, San Jose.

Sự **sống** là quí nhứt. Người sống thật (sống - "live", khác với chỉ hiện sinh - "exist") rồi cũng tự hỏi 3 câu: "Mình từ đâu tới?", "Sẽ đi về đâu? " và "Bây giờ cần phải làm gì để khi rời khỏi hành tinh nầy thì được vào nơi phước hạnh vĩnh cửu?" Không thể chỉ hiện hữu như vật vô tri. **Hiện tại là thì giờ thuận tiện**, chúng ta thì hãy đơn giản đối chiếu hai kinh nền tảng của hai tôn giáo lớn để tìm câu giải đáp cho riêng mình. Tôi xin sẽ cố gắng dùng những từ đơn giản, ngoại trừ một ít từ chuyên biệt của hai tôn giáo ấy.

- Với **Cơ-Đốc** giáo (Cơ-Đốc là phiên âm chữ Christ, nghĩa là Đấng Cứu-thế) thì **Kinh-Thánh** là quyển kinh duy nhứt. Kinh Thánh cho biết mọi người dù có tự tu sửa như thế nào thì cũng không đạt tiêu-chuẩn của Đấng Toàn-thiện để bước vào cõi phước-hạnh vĩnh-cửu. Nhưng kinh đó cũng cho biết rằng đấng ấy cũng là Đấng Yêu-thương, nên đã sai Con Ngài giáng-thế để cứu người: Ai hạ mình ăn-năn tội, tin-nhận Ngài thì được tha hết mọi tội, ban cho **ân-sủng**, linh-hồn được cứu, bởi vì khi Jesus đấng-vô-tội chết trên thập-giá thì Trời đã chất lên Jesus tất-cả tội-lỗi của mọi người. Kinh đó thông-báo: "Vì Thượng-Đế yêu-thương nhân-loại đến nỗi hy-sinh Con Một của Ngài để tất-cả những người tin-nhận Thượng Đế đều không bị hư-vong nhưng được sự sống vĩnh-cửu" (Giăng 3:16, Thánh-Kinh, Bản Diễn Ý).

Theo đó thì: **tin** + **nhận** "**ân-sủng**" (món quà yêu-thương)
là **điều-kiện đủ** để đạt được cứu-cánh của cái tâm,

là vì Cơ-Đốc nhân (người tin vào Cơ-Đốc) ngay khi tin nhận thì đã được cứu-rỗi, tiếp theo là con đường thánh-hóa với "nếp sống do Thánh-Linh dìu-dắt soi sáng sẽ kết-quả yêu- thương, vui-mừng, bình-an, nhẫn-nại, nhân-từ, hiền-lương, trung-tín, hòa-nhã, tự-chủ" (Ga-la-ti 5:22, Thánh Kinh, Bản Diễn Ý), và khi Cơ-Đốc-nhân lâm-chung thì linh-hồn vào ngay cõi phước-hạnh vĩnh-cửu dù việc thánh hóa chưa xong, nhờ đã tin và nhận ân-sủng của Đấng Cứu-thế.

Tóm tắt khái quan: Đồ thị 1: Hành-trình Thánh-hóa (Cơ-Đốc-nhân tiêu-biểu):

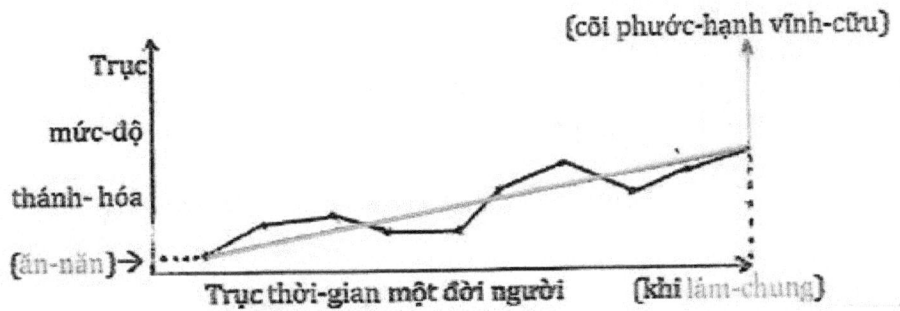

- Với **Phật-giáo** thì có rất nhiều kinh, trong đó **Bát-Nhã Tâm Kinh**, kinh căn bản và rất nổi tiếng của tư-tưởng Phật-giáo Đại-thừa, tóm gọn trong khoảng 300 từ nội dung của tất cả các lời dạy của truyền thống Phật giáo, từ Phật giáo Nguyên thủy, Theravada (Thượng Toạ Bộ) đến Mahayana (Phật giáo Đại Thừa). Kinh nầy nguyên-thủy bằng Phạn-ngữ, được Ngài Huyền-Trang đời nhà Đường thỉnh về, rút gọn, dịch sang Chữ Hán, cho biết: cuộc sống là "*vô-thường*" (non-permanent), mọi việc đến rồi đi tùy theo nhân-duyên. Do đó, cuộc đời là *không* hay *hư-không* (emptiness); tư-tưởng nầy cũng không khác gì tư-tưởng "*hư-không của hư-không*" trong sách Truyền-đạo của Kinh Thánh; Bát-Nhã Tâm Kinh nhằm thức tỉnh chúng sinh khỏi cơn mê (tiêu cực) "Chấp" rồi cũng cho biết (tích cực) "*không lại là có (existence), có lại là không.*"

Việt Dương Nhân, pháp danh Diệu Thi tóm tắt Bát-Nhã Tâm Kinh trong 4 câu thơ:

"Bát Nhã Tâm Kinh" nhật nhật trì (kiên-trì hằng ngày)
Xin xóa tan hai chữ "tình si."
"Phủi Bụi Trừ Dơ" trong tâm-trí
Thoạt-nhiên "Đốn Ngộ" thật diệu-kỳ.
 (Nguồn: http://poem.tkaraoke.com/23364/2.htm)

Theo đó thì: **Tự tin + kiên trì tu hành**
            là **điều kiện đủ** để đạt cứu cánh của cái tâm,

là vì qua mỗi đời mà chưa ngộ thì người Phật tử mang "quả" theo trong các đời sau, cho đến "ngộ", là lúc mà **con thuyền Bát-Nhã** đưa mình đi từ bến mê đến bến giác, đi thẳng qua hẳn đến bờ phước hạnh Vĩnh Cửu.

Tóm tắt khái quan: Đồ thị 2: Hành-trình Tu-hành (Phật-tử tiêu-biểu):

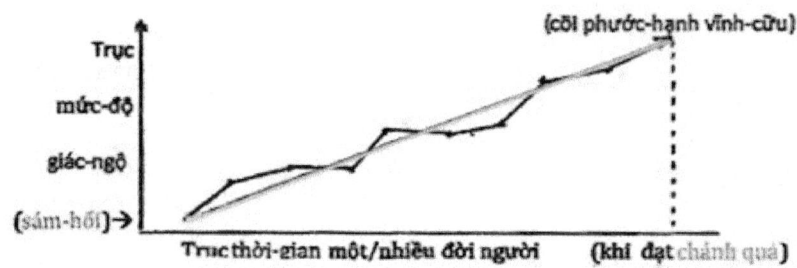

GHI-CHÚ: Phần trên cho thấy hai tôn giáo lớn có dị điểm nhưng cũng có nhiều đồng điểm vì đều có đề cập đến tội lỗi, ăn năn/sám hối, thông sáng/trí tuệ, thánh hóa/tu hành, ơn sủng/giác ngộ. Sau khi ăn năn/sám hối thì con đường của đồ thị nói chung là dương, nghĩa là đi lên - -màu hồng trong đồ thị- - chỉ về dấu hiệu tổng thể lương tâm tốt/trí tuệ sáng dần (mặc dù có những giai đoạn cục-bộ đi xuống hoặc đi ngang); và sau cùng, khi lâm chung/khi trí tuệ cực sáng thì là lúc trở về mái nhà xưa, nơi phước hạnh vĩnh cữu.

- Tôi trân trọng **mời** người đọc dùng cuốn **Bát-Nhã Tâm Kinh Giảng Luận** của Giáo-Sư Nguyễn Vĩnh Thượng, vì nhiều lý do mạnh:

1. để hiểu rõ hơn ý niệm *không/ có* và *có/không* này, ý niệm *chấp*, cùng nhiều ý niệm khác;

2. để phát triển lòng từ bi và trí tuệ;

3. để thắng thống khổ; và

4. để sau cùng đạt được hạnh phúc trong đời và vĩnh viễn.

5. Các chùa tụng niệm, nhiều Phật-tử thuộc lòng, nghe tụng kinh hằng ngày ngay cả trong các tang lễ, tụng thuộc lòng các câu như câu thần-chú cách nhịp nhàng nhưng một số nhìn nhận là không hiểu hết. Do đó, việc hiểu ý nghĩa của bản kinh đó có phần bị hạn chế.

6. Trong đông đảo Phật-tử có ít người tụng Bát-Nhã Tâm Kinh bằng Phạn-ngữ, đa số thường tụng bằng tiếng Hán-Việt. Thí-dụ như:

Câu thần-chú ở cuối Bát-Nhã Tâm kinh: *Ga tê, Ga tê, Paraxam ga tê, Bô đi Xoa ha* (âm theo Phạn-ngữ),

"*Yết đế Yết đế Ba la Yết đế Ba la tăng Yết đế, Bồ đề Tát bà ha.*" (Hán-Việt).

Dù vậy, nếu chuyển-ngữ là tiếng Việt có Anh-ngữ hỗ-trợ thì câu thần-chú trên đây càng dễ hiểu:

"*Vượt qua, Vượt qua, Vượt qua bờ bên kia, hoàn-toàn vượt qua, tìm thấy giác-ngộ.*" (Việt-ngữ)

"*Gone, Gone, Gone beyond, Gone far beyond, Enlightenment.*" (Anh-ngữ)

Càng đa ngôn-ngữ càng dễ hiểu. Các phần dịch mà chúng ta tìm thấy trong quyển biên khảo nầy thì thật chính xác.

7. Phần Chú-giảng của tác-giả quyển rất súc-tích và hữu ích, dựa vào rất nhiều tài liệu tốt/rất tốt.

8. Con đường tu dưỡng hay thánh hóa trong bất cứ tôn giáo nào cũng phải qua 4 giai-đoạn là (1) *văn-tự* (hiểu chữ), (2) *tư-duy* (Suy nghĩ, học sâu) để (3) *quán chiếu* (phát ra trí-tuệ), rồi (4) *thực-chứng* (hành đạo theo như đã ngộ); mà nếu đã không hiểu "văn-tự;" chỉ có số lượng văn tự mà thiếu chất lượng văn tự thì làm sao có "**tư-duy**" hiệu quả để "**quán-chiếu**" và "**thực chứng**"? Quyển Bát Nhã Tâm Kinh Chú Giảng của Nguyễn Vĩnh Thượng, một Giáo-Sư/Nhà Biên-khảo chuyên về triết-học Tây-phương và Đông-phương - nhất là Phật-học - đáp-ứng đầy-đủ nhu-cầu hiểu thấu đó, giúp cho người Phật-tử dễ am hiểu thêm điều mình tụng niệm. Hiểu lời mình phát-ngôn là điều vô cùng cần thiết **để hết lòng, hết linh hồn, hết trí khôn** vào trong sinh hoạt tôn giáo.

Vì các lý do và hữu ích trên, tôi trân trọng giới thiệu quyển sách có giá trị tâm linh lớn nầy với các Phật tử và các nhà nghiên cứu Phật học.

Thành tâm chúc nhau đạt thành sở nguyện.

San Jose, ngày 15 tháng 06 năm 2018
Giáo-Sư Trần Huệ, Ed. D.

LỜI NÓI ĐẦU

Bát-nhã Tâm kinh là một kinh văn rất nổi tiếng và rất phổ biến trong số các kinh văn của Phật giáo Đại thừa/Phật giáo Phát triển. Trong *"Bát-nhã Tâm kinh"* Đức Phật Thích Ca Mâu-ni, Đức Bồ-tát Quán-tự-tại, Tỳ kheo Shariputra cùng với Prajnaparamita - Đức Mẹ của chư Phật- giảng dạy cách phát triển trí tuệ để thấu hiểu *"tánh không"* - bản tánh tuyệt đối của thực tại - tức là thấu hiểu các hiện tượng, các sự kiện như là chính nó tồn tại / hiện hữu.

Mặc dầu thực tại tuyệt đối này không thể hiểu từ những giải thích bởi những ý niệm bình thường và cũng không dễ dàng truyền bá cho người khác, nhưng qua thực nghiệm tâm linh, và nhờ đó trí tuệ được phát triển để thấu hiểu thực tại tuyệt đối này bằng trực giác. Bát-nhã Tâm Kinh còn giúp hành giả vượt qua những trở ngại, rồi vượt qua các sự sợ hãi để đạt được an bình, hạnh phúc tạm thời và hạnh phúc vĩnh viễn trong thân tâm; và giúp tiêu diệt được những sự bạo hành, những nỗi tức giận, đây là liều thuốc để phát triển lòng từ bi và phát triển trí tuệ.

Việc biên soạn chắc chắn không tránh khỏi những chỗ sai sót, chúng tôi ước mong được sự lượng thứ của các bậc cao minh. Những sửa sai và bổ khuyết của quý vị độc giả sẽ giúp quyển sách này được đầy đủ và hoàn hảo hơn trong lần viết lại; đó quả là niềm vinh hạnh cho chúng tôi.

Chúng tôi thành kính cám ơn Gs Trần Huệ, Ed.D. đã dành thời giờ quý báu để đọc bản thảo, góp ý và viết lời giới thiệu cho quyển sách này.

Chúng tôi chân thành cám ơn Kỹ sư Nguyễn Khắc Phụng, Ph.D. đã hoan hỉ dành thời giờ quý báu để góp ý trong lúc chúng tôi khởi thảo quyển sách này.

Chúng tôi đặc biệt cám ơn CK đã không quản thời giờ và tâm lực tận tình giúp đỡ chúng tôi hoàn thành quyển Ebook này.

Chúng tôi hết lòng cám ơn Gs Phạm Thị Trí đã hỗ trợ tinh thần và vật chất cho chúng tôi trong lúc biên soạn quyển sách này, chúng tôi cũng cám ơn Gs Nguyễn Thị Kim Chi đã giúp sửa chữa bản đánh máy.

Toronto, mùa Xuân 2018.
Tác giả cẩn chí,
Nguyễn Vĩnh Thượng

Chương Một   DẪN NHẬP

I.- TỰA CỦA BÁT-NHÃ TÂM KINH:

- Tựa Phạn ngữ, viết theo mẫu tự Latin: **Maha Prajna Paramita Hridaya Sutra**
- Việt văn: *Đại Bát-nhã Ba-la-mật-đa Tâm kinh*
- Anh văn: *The Great Wisdom Perfection Heart Sutra.*

   - Tên ngắn: **Prajna Paramita Hridaya Sutra**
     Việt văn: **Bát-nhã Ba-la-mật-đa Tâm kinh**
     Anh văn: Profound wisdom of the Heart Sutra

- Tên rút ngắn: **Bát-nhã Tâm Kinh**

- Tên rất ngắn và được phổ biến nhất là:
    Việt văn: Tâm Kinh
    Anh văn: The Heart Sutra

Từ đây để cho ngắn gọn, đôi khi chúng tôi sẽ gọi là **Tâm Kinh** (viết tắt TK) thay vì *Bát-nhã Tâm kinh*.

Tính đến cuối đời Thanh, ở nước Trung Hoa, đã có 7 bản dịch khác nhau. Trong số đó, có 2 bản dịch nổi tiếng của:

- Tam Tạng Pháp Sư Kumarajiva (Hv. Cưu-ma-la-thập, khoảng 344 – 413 sau CN)
- Tam Tạng Pháp Sư Huyền Trang (khoảng 602 – 664 sau CN) là nổi bật hơn cả.

Bản Hán văn của Ngài Huyền Trang được lưu truyền rộng rãi, và được các nước có cùng hệ thống chữ Hán coi như là tiêu biểu nhất: Nhật Bản, Việt Nam, Đại Hàn. Tại Việt Nam, từ lâu đời, bản phiên âm Hán Việt đã được tụng niệm trong các nghi thức hằng ngày ở hầu hết các chùa chiền, thiền viện. Gần đây, các bản dịch Việt ngữ từ bản Hán ngữ của Ngài Huyền Trang đã được một số chùa chiền đưa vào nghi thức tụng niệm để thay thế bản phiên âm Hán Việt.

Bản Tâm kinh chữ Hán này chỉ có 260 chữ Hán. Đây là bản kinh tóm lược cốt tủy của *"Bộ kinh Đại Bát-nhã"* gồm có 600 quyển. Hầu hết các Phật tử sau khi tụng niệm nhiều lần thì thuộc lòng Tâm Kinh, có lẽ vì Tâm Kinh vừa ngắn gọn, vừa tóm lược tinh yếu của tư tưởng Phật giáo Đại thừa, vừa có âm điệu trầm bổng.

Đại sư Cưu-ma-la-thập gọi bài kinh này là **"Đại Thần Chú"**, còn Ngài Huyền Trang thì gọi bài này là **Kinh**. Toàn bài kinh được đúc kết vào câu thần chú ở cuối bài.

Tam Tạng Pháp Sư Huyền Trang là một Đại Sư Trung Hoa. Ngài đã là một nhà Phật học uyên thâm, một nhà dịch kinh Phật với một số lượng kinh điển đồ sộ.

Trong khoảng thế kỷ thứ 7, Ngài Huyền Trang đã đi qua Ấn độ, và được coi như là một Đại sư liên kết Phật giáo Trung Hoa và Phật giáo Ấn độ. Nhiều nhà Phật học Tây phương cho rằng Ngài là một vị rất say mê (fan) triết học Phật giáo. Ngày nay có nhiều nhà Phật học Tây phương tin rằng *"Tâm Kinh"* được sáng tác ở Trung Hoa. Họ đưa ra giả thuyết rằng vào giữa thế kỷ thứ 7, Ngài Huyền Trang đã đi qua Ấn độ vừa thỉnh Kinh, vừa đem "Tâm Kinh" qua Ấn độ, rồi dịch ngược lại ra tiếng Sanskrit. Nguyên nhân là bởi các nhà Phật học Tây phương nhận thấy rằng bài "Tâm Kinh" Phạn ngữ được viết với một văn phong của chữ Hán chứ không phải văn phong của chữ Phạn. Gần đây, ở Đôn Hoàng[1] Thạch Thất, bản dịch tiếng Phạn của Ngài Huyền Trang được khám phá. Bản Tâm Kinh còn được khắc ở chùa Bạch Mã[2], nơi Ngài Tam Tạng trụ trì và dịch Kinh. Trong tương lai, hy vọng giả thuyết này sẽ được kiểm chứng. Các học giả còn nói Ngài Huyền Trang đã đưa ra tiêu chuẩn khai mở các bài kinh:

Hv.	"Như thị ngã văn"
Việt	Tôi nghe như vầy
Srt.	Evam maya srutan.
Av.	Thus have I learned

---

[1] Đôn Hoàng là một thị trấn nhỏ nằm trên sa mạc Gobi, đây là nơi dừng chân quan trọng dọc theo con đường tơ lụa. Hang động Mạc Cao ở Đôn Hoàng đã được Unesco công nhận là di sản văn hóa Phật giáo. Đôn Hoàng thạch thất ở phía Tây hành lang Hà Tây, trên núi Minh Sa thuộc Đông Nam huyện Đôn Hoàng tỉnh Cam Túc, nước Trung Hoa.]

[2] Chùa Bạch Mã là ngôi chùa Phật giáo đầu tiên ở Trung Hoa, chùa này được xây vào năm 68 sau CN dưới thời vua Minh Đế (58-75), thuộc nhà Hậu Hán. Chùa Bạch Mã ở phía Đông thành Lạc Dương, thuộc tỉnh Hà Nam ngày nay.]

Theo Phật giáo Nhật Bản, thì văn bản cổ nhất của Tâm Kinh đã xuất hiện vào cuối thế kỷ thứ 6, được lưu trữ tại đền Horyu-Ji, Quận Nara, Nhật Bản từ năm 609 trước thời của Tam Tạng Pháp Sư Đường Huyền Trang (602 – 664).

Giáo sư Thạc sĩ Friedrich Max Muller (sinh ở Đức, sống ở Anh, Dec. 1823 – Oct. 1900), dạy ở Đại học Oxford, đã bắt đầu nghiên cứu Tâm Kinh từ năm 1846. Từ đó Tâm Kinh đã được nhiều *"Hội Nghiên cứu Phật học"* trên thế giới lấy đó làm đề tài khảo cứu.

Công trình nổi tiếng và đáng lưu ý nhất là của GS TS Edward Conze (1904 – 1979), dạy tại Đại Học Oxford, đã sưu tầm và nghiên cứu nhiều bản khắc và bản viết tay bằng Phạn ngữ của Tâm Kinh rồi đúc kết lại thành bản **Tâm Kinh** Phạn ngữ vào năm 1947, bản này rất được phổ biến rộng rãi. Conze còn dịch bài kinh này ra tiếng Anh và chú giải nữa.

Cách đây vài năm, một vị thiền sư Việt Nam đã sửa bản Tâm Kinh Phạn ngữ, kéo theo đó là sửa luôn bản dịch tiếng Việt và tiếng Anh. Việc sửa chữa này đã bị một sư thầy gốc người Tân-Tây-Lan phê bình hơi gay gắt. Sau đó, có nhiều học giả, hành giả Việt Nam đã tranh luận về việc này, các bài bút chiến của họ đã được Website Thư Viện Hoa Sen đăng tải.

Đại sư Không Hải (Ja. *KūKai*, 774-835), vị tổ khai sáng Chân Ngôn Tông (**真言宗**) ở Nhật Bản là vị Đại sư Nhật Bản đầu tiên đã dịch và chú giảng bản Tâm Kinh chữ Hán của Ngài Huyền Trang sang tiếng Nhật. Đại sư Không Hải đã sử dụng kinh này trong nghi thức tụng niệm hằng ngày cho trường phái *"Chân Ngôn Tông"*. Sau đó, Phật giáo Nhật Bản, Trung Hoa và Việt Nam đã sử dụng bản Tâm Kinh chữ Hán của Ngài Huyền Trang trong nghi thức tụng niệm ở trong các chùa chiền Đại thừa Phật giáo, và trong thiền viện của Thiền tông. Nói khác, Tâm Kinh được đọc tụng trong toàn thể Phật giáo theo truyền thống Đại thừa (Mahayana Buddhist tradition); hiện nay Tâm Kinh được phổ biến ở Trung Hoa, Đài Loan, Nhật, Tây Tạng, Đại Hàn, Việt Nam, Mông Cổ, Miến Điện, Ấn độ, Népal, gần đây ở cả Bắc Mỹ, Âu Châu, Úc Châu nữa.

*
* *

Chúng tôi chọn bản **Tâm Kinh chữ Hán của Ngài Huyền Trang** để dịch ra Việt ngữ và giảng luận

Nguyện cầu Prajna Paramita, Đức Mẹ, gia hộ cho trí tuệ chúng tôi được sáng suốt trong lúc viết chú giảng này.

Kính xin đảnh lễ!

II.- GIẢI THÍCH Ý NGHĨA CỦA TÂM KINH:

Theo nguyên bản chữ Sanskrit viết bằng mẫu tự Latin thì tựa của Tâm Kinh là:
Bhagavati Prajna Paramita Hridaya

Các dịch giả Tây Tạng luôn luôn để tựa nguyên văn chữ Sanskrit ở đầu bản dịch Tâm Kinh với *mục đích thứ nhất:* họ muốn làm sáng tỏ rằng đây là lời dạy của chính Đức Phật Thích Ca Mâu-ni; *mục đích thứ hai:* muốn độc giả biết rằng đây là sự cố gắng và sự hiến dâng của họ đến độc giả Tây Tạng để giúp độc giả có cơ hội tìm hiểu và thực hành phép tu *"trí tuệ siêu việt"*; *mục đích thứ ba:* giúp cho độc giả Tây phương có dịp tiếp cận với lời dạy vô cùng quý báu của Đức Phật.

Theo bản dịch chữ Hán và chữ Nhật thì tựa Tâm Kinh là:
Ma-ha Bát-nhã Ba-la-mật-đa Tâm Kinh.
(Maha Prajna Paramita Heart Sutra.)

Chú thích:

- *Bhagavati:* trong chữ Phạn, chúng ta có thể chiết tự ra làm hai chữ:

  - *Bhaga* có nghĩa là bậc chiến thắng (Victorious One), có năng lực hàng phục được chúng ma hay quỷ (mara, demon), và còn có công năng khắc phục được các chướng ngại (hindrance).
  - *Vati* có nghĩa là được ban cấp các năng lực hoặc thần lực, và vượt qua vòng luân hồi.

  Chữ *Bhagavati* ở đầu kinh có nghĩa là *"Đức Mẹ"* (*The Blessed Mother*, the Great Mother).

- *Maha:* Tàu phiên âm là Ma-ha, tiếng HV có nghĩa là *đại* tức là rộng lớn.

- *Prajna* (Tàu phiên âm là Bát-nhã) dịch là trí tuệ (wisdom): Trong tiếng Sanskrit thì chữ gốc *Jna* có nghĩa là biết (to know), được nhấn mạnh bởi tiếp đầu ngữ *pra.* Như vậy, Prajna không chỉ có nghĩa là nhận thức, sự hiểu biết bình thường mà còn là sự hiểu biết về thực tại tuyệt đối, sự hiểu biết về mọi sự, mọi vật tận sâu thẳm. *Prajna* là trí tuệ siêu việt (perfect wisdom), là trí tuệ thâm sâu (profound wisdom) của các bậc giác ngộ dùng để soi sáng và quán chiếu được bản tánh của các hiện tượng/ các pháp (dharmas), và nhận thức rõ ràng rằng các pháp đều không có tự tánh. Prajna là trí tuệ siêu việt vượt qua khỏi thế giới hiện tượng, vượt qua khỏi nhận thức nhị nguyên.

- *Paramita* (Tàu phiên âm là Ba-la-mật-đa) dịch là đáo bỉ ngạn có nghĩa là đi qua bờ bên kia, đi qua bên kia (to go beyond); nghĩa rộng là chúng ta đang ở bờ bên này là cõi sanh tử luân hồi, còn bờ bên kia là bờ giải thoát (*nirvana* =Tàu phiên âm là *niết-bàn*, Ngài Cưu-ma-la-thập dịch là *vô vi*) khỏi cõi luân hồi, là bờ giác ngộ (*bodhi*).

Để đi qua bờ bên kia, hành giả phải thực hành sáu phương pháp ba-la-mật là: bố thí, trì giới, nhẫn nhục, tinh tấn, thiền định và trí tuệ siêu việt. Trí tuệ là phương pháp lãnh đạo, hướng dẫn năm phương pháp trước để cho việc tu hành không bị nhầm lẫn. Trí tuệ và 5 phương pháp trước đều quan trọng như nhau, vì nếu không có 5 phương pháp trước thì làm sao có trí tuệ, bởi vì không có thấp thì làm sao lên cao được, không có gần thì làm sao đi đến chỗ xa được.

- *Hridaya*: Tàu dịch là tâm (心), có nghĩa đen là trái tim, nghĩa rộng là *cốt tuỷ, là tinh yếu, là tinh tuý của sự vật, là toát yếu của một cuốn sách, của một bộ sách, của một bộ Kinh điển*.

Trong tiếng Sanskrit, hridaya có 2 nghĩa: *trái tim* và *cốt tủy*, tinh yếu (essence). Theo môn sinh lý học Ấn độ, trái tim là nơi mà các nhận thức được gom góp lại để thẩm thấu vào cơ thể. Trong cùng một chiều hướng này, tất cả ý nghĩa trong nội dung các kinh điển lớn được thâu tóm lại trong quyển kinh nhỏ này: Tâm Kinh. Thật vậy, theo truyền thống Phạn ngữ, Tâm Kinh là một tinh yếu bởi vì không có điều gì được giảng giải trong quyển *"Trí tuệ siêu việt trong một trăm ngàn câu"* (The Perfection of Wisdom in One Hundred Thousand lines) mà không có trong quyển Tâm Kinh (The Heart Sutra) này.

Trong tiếng Tàu, tâm có nghĩa là trái tim và cũng có nghĩa là nơi chứa đựng cái tinh tuý của sự vật. Như vậy, tâm được hiểu như tinh yếu, như là cốt tuỷ của một việc gì hay một vật gì.

- *Sutra* (Tàu phiên âm là tu-đa-la) dịch là *Kinh*. Theo văn học Trung Hoa, *Kinh* là sách ghi lại những lời dạy của thánh nhân như Đạo Đức Kinh, Nam Hoa kinh; *truyện* là sách ghi chép những lời dạy của thánh hiền; *thư* là cuốn sách bình thường.

Ngày xưa, lời dạy của Đức Phật gồm có hai phần: *Pháp* (Dharma) và *Giáo* (Vinaya), cả hai đều gọi là *Kinh*. Nhưng về sau, các Đại sư lại chia ra làm 3 tạng riêng biệt: Những sách ghi chép các bài Pháp mới gọi là *Kinh*, những sách chép lời Giáo thì gọi là *Luật*; còn lời chú thích, giảng luận của các luận sư, của các Đại sư được sưu tập lại thành một tạng riêng gọi là *Luận*. Bài "Bát-nhã Tâm Kinh" thuộc tạng Kinh, được viết theo thể văn trường hàng, là thể văn xuôi.

"Bát-nhã Ba-la-mật đa Tâm Kinh" là bài kinh tóm tắt tất cả ý nghĩa cốt lõi của giáo nghĩa Bát-nhã. Tương tự, "A-tỳ-đạt-ma Tâm luận" là quyển luận đúc kết tất cả tinh yếu của giáo nghĩa A-tỳ-đạt-ma. *Tâm Kinh* và *Tâm Luận* là những cụm từ thường gặp trong văn học Phật giáo nhằm chỉ bản văn toát yếu của Kinh, và bản văn toát yếu của Luận với mục đích giúp người đọc tụng dễ nhớ, dễ thuộc lòng vì sự ngắn và gọn.

"Bát-nhã Ba-la-mật đa Tâm Kinh" có thể hiểu là *"Bài toát yếu của Kinh Bát-nhã"*

Ngày xưa có vị đã dịch là *Kinh Lòng*, ngày nay có vị đã dịch là *Kinh Ruột Bát-nhã /Kinh Ruột tuệ giác*.

Tên rất ngắn và được phổ biến như đã trình bày ở trên là *Tâm Kinh* (Srt.Hridaya Sutra, Av. *The Heart Sutra*) có nghĩa là cuốn Kinh tóm lược, ghi lời cốt tuỷ của triết lý Phật giáo, đặc biệt là Phật giáo Đại thừa.

III.- ĐƯỜNG VÀO BÁT-NHÃ TÂM KINH:

Trong 45 năm thuyết pháp, Đức Phật đã không để lại một chữ viết nào cả. Sau khi Đức Phật lịch sử nhập niết-bàn (khoảng năm 483 trước CN), đã có 3 kỳ Hội nghị kết tập kinh điển: các vị Trưởng lão và Đại sư đã theo cách "*ghi nhớ kinh điển ở trong đầu*" (committing the Tripitaka to memory) để ghi lại lời Phật dạy.

Vào khoảng thế kỷ thứ 1 tr. CN, Vua Vattagamani, ở xứ Sri Lanka (Tích Lan), đã hỗ trợ cho Hội nghị kết tập kinh điển lần thứ tư. Ở Ấn độ, Đại đế Kaniska đã hết lòng hỗ trợ Hội nghị kết tập kinh điển lần thứ tư vào khoảng thế kỷ thứ 1 sau CN. Cả hai Hội nghị kết tập kinh điển lần thứ tư đều duyệt xét, gom góp và bổ sung cho ba tạng kinh: *Kinh tạng, Luật tạng và Luận tạng*. Kể từ đây, các Trưởng lão và Đại sư đã thay đổi phương cách truyền miệng bằng cách "*ghi chép Tam tạng Kinh điển bằng chữ viết*" (committing the Tripitaka to writing).

(xem thêm bài "*Biểu nhất lãm Tam tạng kinh điển Phật giáo*" của NVT- Nguồn: như đã dẫn)

Trải qua một lịch sử khoảng 2.500 năm, những kinh điển, luận giải được thu thập trong Kinh tạng là một khối lượng đồ sộ, chứa đựng nhiều tư tưởng, giáo lý phong phú và cao siêu. Nhiều nơi trong kinh sách Phật giáo nói rằng đã có 84.000 bài thuyết pháp của Đức Phật lịch sử (từ đây cho đến cuối bài được gọi là Đức Phật). Thực ra con số này chỉ để cường điệu rằng Đức Phật đã có rất nhiều bài thuyết pháp chứ số lượng của các bài thuyết pháp không lên tới con số 84.000.

Các *nhà nghiên cứu Phật học* (Buddhologist) đã nhận xét rằng trong số lượng đồ sộ của các bài thuyết pháp và Kinh điển thì phần lớn do Đức Phật thuyết giảng, nhưng cũng có rất nhiều bài Kinh văn không phải do chính Đức Phật nói ra. Nói khác đi, các bài Kinh đó không phát ra từ cửa miệng của Phật (not from Buddha's mouth).

Vào thời những lời thuyết pháp của Đức Phật được ghi chép bằng chữ viết thì đã có rất nhiều trường phái Phật giáo phát sanh, họ cũng đã viết nên nhiều kinh văn khác nhau. Nhiều kinh văn ghi lại lời Phật dạy bằng tiếng Pali được lưu trữ ở Sri Lanka cho đến ngày nay. Tất cả đều chứa đựng một nội dung nói về *Tam Bảo* (Three Jewels): **Phật** (Buddha), **Pháp** (Srt. Dharma, Av. the Buddha's teaching) và **Tăng** (Srt. Shanga, Av. the Spiritual Community). Đây là nền tảng triết học Phật giáo đã được phát khởi từ thời kỳ Phật giáo Nguyên thuỷ (Original Buddhism) và vẫn còn được bảo tồn bởi trường phái Thượng Tọa Bộ (Theravada School) với những kinh văn Phật giáo đồ sộ cho đến ngày nay. Phái Thượng Tọa Bộ cho rằng chỉ có kinh điển Pali (Pali Canon) là ghi chép đúng lời Phật dạy. Tuy nhiên, như đã nói trên, có nhiều trường phái Phật giáo khác đã viết nhiều kinh văn triển khai những lời dạy cao siêu của Đức Phật lịch sử hơn là ghi lại từng chữ một của lời nói của Đức Phật. Các trường phái Phật giáo này đã đại diện cho một phong trào phát triển Phật giáo, họ vẫn công nhận giá trị của triết học Phật giáo mà họ đã thụ hưởng, và đã chú trọng vào sự bảo tồn các ý nghĩa cao siêu của lời dạy của Đức Phật như là ngọn đuốc tinh thần để phát triển những quan điểm mới. Các vị Thầy, các Luận sư, các vị đi theo phong trào Phát triển này tự cho rằng mình thuộc Phật giáo Đại thừa (Mahayana Buddhism, maha = lớn, yana = chiếc xe, tiếng Việt Hán: thừa có nghĩa là chiếc xe, Av. Greater vehicle). Phong trào này có tư tưởng chống lại trường phái Phật giáo Nguyên Thuỷ và Thượng Tọa Bộ, Đại thừa gọi hai trường phái này là Tiểu thừa Phật giáo (Hinayana Buddhism; hina = nhỏ, tiểu, yana = thừa, chiếc xe; Av. Lesser Vehicle). Ngày nay không còn có khuynh hướng gọi Tiểu Thừa và Đại thừa nữa mà thường gọi là Phật giáo Nguyên thuỷ và Thượng Tọa Bộ để thay thế Tiểu thừa; và gọi là Phật giáo Phát triển (Developmental Buddhism) để thay thế Đại thừa.

(Xem thêm: *Phật giáo Nguyên thủy, Thượng Tọa Bộ và Phật giáo Phát triển* của NVT. - Nguồn: như đã dẫn trên)

Kinh (Srt. Sutra, Pa. Sutta, Av. Discourse) là bài ghi lại lời giảng của Đức Phật, hoặc ghi lại lời đối thoại giữa Đức Phật và các đệ tử. *Kinh* có thể là một bản văn ngắn, hay là một cuốn sách hoặc nhiều cuốn sách hợp lại. Có hàng trăm bản kinh nguyên gốc được ghi bằng tiếng Pali hay bằng tiếng Sanskrit, tuy nhiên cũng có nhiều bài kinh được bảo tồn chỉ là các bản dịch ra tiếng Hán, hoặc tiếng Tây Tạng (Tibetan translation). Hầu hết các kinh là lời dạy của Đức Phật. Đức Phật là bậc giác ngộ, nên kinh Phật được kính trọng như là lời truyền dạy từ một tâm thức giác ngộ. Do đó khi chúng ta tụng niệm bài kinh thì phải hết lòng kính trọng, vì ngay lúc ấy chúng ta đang tiếp cận với Đấng cao cả, Đấng có một tâm thức siêu việt.

Trong số những nhóm kinh điển Phật giáo thì các kinh điển Bát-nhã (Prajnaparamita Sutras) là đồ sộ nhất, và có thể nói đây là nhóm kinh điển quan trọng nhất của các kinh điển Đại thừa (Mahayana Sutras). Nhóm các kinh điển này, thường được gọi là Văn Học Bát-nhã (Prajnaparamita literature), nội dung của các kinh điển này chứa đựng tư tưởng Triết học Bát-nhã (Prajnaparamita Philosophy).

Theo GS TS Edward Conze (Anh, 1904 – Sept. 1979) thì lịch sử phát triển nền Văn học Bát-nhã đã trải qua 4 thời kỳ:

1. *Thời kỳ phát sanh các kinh văn Bát-nhã căn bản* (khoảng 100 trước CN đến 100 sau CN.)
2. *Thời kỳ bành trướng các kinh văn bát-nhã* (khoảng 100 sau CN đến 300 sau CN).
3. *Thời kỳ đúc kết học thuyết Bát-nhã* (khoảng 300 sau CN đến 700 sau CN) bằng các kinh điển ngắn và bằng các bài tóm tắt lại các điểm quan trọng của học thuyết Phật giáo
4. *Thời kỳ triết học Bát-nhã chịu ảnh hưởng của Mật giáo* (khoảng 700 sau CN đến 1200 sau CN).

GS TS Edward Conze cho rằng Bát-nhã Tâm Kinh được viết vào thời kỳ thứ 3, vào khoảng năm 350 sau CN. Tuy nhiên có nhiều thuyết khác thì cho rằng Bát-nhã Tâm Kinh được viết vào khoảng năm 150 sau CN tức là trước 200 năm so với thuyết của Edward Conze.

Tất cả các kinh điển Bát-nhã đều được tôn kính như là lời của Đức Phật nói ra (Srt. Buddhavacana, Av. the word of the Buddha), có nghĩa là dù do Đức Phật trực tiếp nói ra hay dù do một vị đáng tôn kính nào nói ra dưới sự truyền thần lực của Đức Phật như trường hợp Bát-nhã Tâm kinh, Đức Bồ-tát Quán-Tự-Tại được Đức Phật truyền thần lực để Ngài giảng bài kinh này.

Theo một chuyện thần thoại trong Phật giáo Đại thừa ở Ấn độ và Tây tạng, khi Đức Phật thuyết giảng bài Bát-nhã Tâm kinh, một bài kinh có ý nghĩa rất cao siêu và rất khó thì không có vị nào đã có thể hiểu nổi nội dung kinh này, nên Đức Phật đã nhờ Vương quốc Naga ở dưới biển canh giữ giùm bài kinh này cho đến khi có một vị nào chẳng những hiểu rõ nội dung của bài kinh mà còn có thể giảng luận bài kinh cho nhiều người khác hiểu nữa. Và rồi có một vị đã xuất hiện: Đại luận sư Phật giáo Đại thừa Nagarjuna (khoảng 150 – 250 sau CN). Theo lệnh của Vua Naga, công chúa Vương quốc Naga đã đem dâng bài kinh văn này cho Ngài Nagarjuna. Nhiều nghệ nhân Tây tạng đã vẽ hình Nagarjuna ngồi trên chiếc bè bồng bềnh trên mặt nước mênh mông của đại dương thì một mỹ nhân ngư (mermaid) đã trồi lên mặt nước, trong tay ôm một quyển sách lớn, và nàng đem đến trao tận tay Ngài Nagarjuna.

Trong câu chuyện thần thoại, chúng ta thấy có một biểu tượng là *Naga*, có nghĩa là con rắn (serpent), nghĩa rộng hơn là con rồng (dragon), theo truyền thống Ấn độ thì con rắn hoặc con rồng là biểu tượng cho *trí tuệ siêu việt* (the perfection of wisdom); còn biểu tượng của đại dương được Đức Phật liên hệ đến *lời dạy của Đức Phật* (Srt. Dharma, Av. Buddha's teaching) và Giới luật của Ngài (Srt. Vinaya, Av. Buddha's discipline). Câu chuyện thần thoại về việc Nagarjuna nhận quyền Prajnaparamita từ vương quốc Naga có thể suy đoán rằng Bát-nhã tâm kinh được viết ra trước thời Nagarjuna, như vậy giả thiết Bát-nhã tâm kinh xuất hiện vào khoảng năm 150 sau CN có thể thuyết phục hơn (không thể xác định chắc chắn được).

Đại dương là một biểu tượng của thế giới sâu thẳm, của tiềm thức, còn *con rồng* là biểu tượng cho sự trỗi dậy từ tiềm thức sâu thẳm ấy để khêu gợi tư tưởng cao siêu này lên lãnh vực ý thức.

Theo tiếng Sanskrit, chúng ta có thể chiết tự thì *Nagarjuna* = Naga + Arjuna. *Naga* có nghĩa là con rắn (serpent/snake) hay nghĩa rộng hơn là con rồng (dragon). *Arjuna* có nghĩa là sáng chói (bright) hay rực rỡ (shining) hay thông minh (intelligent). Vậy Nagarjuna có nghĩa là con rắn hay con rồng thông minh. Các Đại sư Trung Hoa dịch tên Nagarjuna là Long Thọ; long là con rồng, thọ là cây.

1.- Bát-nhã Tâm kinh trong kho tàng văn học Bát-nhã của Phật giáo Đại thừa/Phật giáo Phát triển:

Ngày nay có rất nhiều bản Bát-nhã Tâm kinh ngắn đã được viết ra mục đích tóm gọn lại cốt tủy của lời Phật dạy. Song song với các bản kinh ngắn ấy, có nhiều giảng luận (Srt. Sastras, Av. Essays) đã được đưa vào kho tàng văn học Bát-nhã. Trong số đó, có luận giải của Đại sư Phật giáo và cũng là Đại triết gia Nagarjuna được coi như đại diện chính yếu của nền văn học Bát-nhã. *Mula-Madhyamakakarika* (Hv. Trung Quán luận tụng) là quyển luận đề nhưng cũng có thể coi như là quyển sách giảng luận về Bát-nhã Tâm Kinh, tuy không giải thích từng chữ, từng hàng của bài kinh này nhưng chắc chắn là đã căn cứ vào bản kinh này. Trong số các luận văn này còn phải kể đến các bài thơ tóm tắt bài kinh và luận giải nữa. Tất cả các luận giải này đã soi sáng bởi các chú giảng triển khai sâu sắc hơn. Các luận giảng đã được phát triển qua nhiều thế hệ của các bậc Đại sư, triết gia, đệ tử, và nhờ đó mà các kinh văn càng ngày càng được sáng tỏ ý nghĩa hơn.

2.-Triết học Bát-nhã:
Trọng tâm của văn học Bát-nhã và triết học Bát nhã có thể ghi lại một chữ là **Sunyata**, được hiểu một cách đơn giản là phủ nhận tất cả các ý niệm.

Trong lịch sử triết học Đông phương và lịch sử triết học Tây phương, mỗi trường phái triết học, mỗi triết gia đều tạo ra một hay nhiều tiếng mới, và họ định nghĩa các từ này theo khái niệm gắn bó với học thuyết hay tư tưởng của họ. Để hiểu rõ ràng tư tưởng của một triết gia hay của một học thuyết, chúng ta cần phải hiểu rõ ràng ý nghĩa của các từ ngữ (terms) được chính họ sử dụng. Một số từ ngữ chỉ được họ sử dụng vào một số trường hợp nào đó mà thôi. Thậm chí có khi họ mượn một từ cũ để diễn đạt một ý nghĩa mới. Thí dụ trong tiếng Hán Việt chữ *Đạo* (道) nghĩa là đường đi, sau nghĩa biến thành cái đạo lý phải theo như đạo làm người, ý chỉ tôn giáo như đạo Phật, đạo Thiên Chúa, đạo Tin Lành…; Lão Tử đã dùng chữ *Đạo* để chỉ bản nguyên của vũ trụ, một trật tự thiên nhiên. Lão Tử mở đầu *"Đạo đức kinh"* bằng câu:

道可道非常道. 名可名非常名

Đạo khả đạo phi thường Đạo. Danh khả danh phi thường danh.

Dịch:
Đạo mà có thể nói ra được thì không phải là Đạo vĩnh cửu. Tên mà có thể đặt ra cho Đạo được thì không phải là tên vĩnh cửu.

Theo Lão tử, *Đạo* thì huyền diệu, vi diệu vô cùng, vĩnh cửu bất biến; *Đạo* không có hình tượng, tỏa ra khắp nơi, như vậy không thể nào đặt cho *Đạo* một cái tên thích hợp được.

Trong học thuyết Phật giáo cũng vậy, việc nghiên cứu Phật học (Av. Buddhology/ Buddhist Studies) cần phải hiểu biết nhiều thuật ngữ Phật giáo (Buddhist terminology). Trong bài Bát- nhã tâm kinh, có hai thuật ngữ Phật học rất quan trọng là **Sunyata** (tính từ là Sunya), các Đại sư Trung Hoa phiên âm là Thuấn-nhã-đa, dịch là *hư không*, hay *không*, ngày nay thường dùng là *Tánh Không* (Emptiness/Voidness, tính từ là Empty/Void); Sunya nguyên nghĩa là số không (zero), không có gì (nothing). Và **Svabhava** dịch là *tự tánh* (self-nature/ nature of its own/ own being/ inherent existence/intrinsic existence).

2.1. Ý nghĩa của tánh không:

Trong sự diễn tiến (evolution) của tư tưởng Phật giáo theo dòng lịch sử, ý nghĩa triết học của **Sunyata** cũng có thay đổi.

Theo *Phật giáo nguyên thủy* (Original Buddhism) và *Thượng Tọa Bộ* (Theravada Buddhism) thì **Sunyata** (Pa. Sunnata) **ý chỉ về *Vô ngã*** (Srt. Anatman, Pa. Anatta, Av. not-self) **hay sự thiếu mặt của *ngã*** (Srt. Atman, Av. Self) **đối với bản tánh của *ngũ uẩn* (sắc, thọ, tưởng, hành và thức) và 18 giới.** Sunnata (Pali) còn được dùng để chỉ trạng thái thiền định.

Ngũ Uẩn (Srt. Panca Skandha, Av. Five Aggregates) có nghĩa là "5 nhóm kết hợp lại" để tạo thành con người: *phần vật chất* có hình dáng gọi là Sắc uẩn; *phần tâm lý* không có hình dáng, gồm có 4 uẩn là: Thọ uẩn, Tưởng uẩn, Hành uẩn và Thức uẩn.
(Xem thêm: bài *Ngũ Uẩn* của NVT - nguồn: như đã dẫn)

18 giới vực (eighteen Constituents) gồm có **12 xứ** (twelve Sources)[là 6 căn và 6 trần] + **6 thức** (six Consciousnesses):

- **6 căn** (six Sense Organs):
    - *Nhãn (eye)* = mắt dùng để nhìn.
    - *Nhĩ (ear)* = tai dùng để nghe.
    - *Tỷ (nose)* = mũi dùng để ngửi.
    - *Thiệt (tongue)* = lưỡi dùng để nếm.
    - *Thân (body)* = da thịt bọc ngoài xương con người dùng để biết cảm giác nóng lạnh, cứng mềm…
    - *Ý (mental sense/mind)* = tư tưởng dùng để phân biệt.

- **6 trần** còn gọi là cảnh (six Sense Objects):
    - *Sắc (màu sắc, colors; hay hình dáng, forms)*: do mắt nhận được.
    - *Thanh (sounds)*: âm thanh phát ra do lỗ tai nhận được.
    - *Hương (odors)*: mùi thơm, thúi… do mũi ngửi được.
    - *Vị (tastes)*: chất do lưỡi nếm được: đắng, cay, ngọt, mặn…
    - *Xúc (tangible objects)*: cảm giác do thân thể nhận được như cứng mềm, nóng, lạnh…

-*Pháp* (*Phenomena/ Objects of mind*): những hình ảnh, màu sắc, hương vị, cảm giác được lưu lại từ 5 trần nói trên.

- **6 thức** (six Consciousnesses):
    -*Nhãn thức (eye/color consciousness)*: ý thức về màu sắc, về hình dáng.
    -*Nhĩ thức (ear/sound consciousness)*: ý thức về âm thanh.
    -*Tỷ thức (nose/smell consciousness)*: ý thức về mùi thơm, thúi…
    -*Thiệt thức (tongue/taste consciousness)*: ý thức về các vị đắng, cay…
    -*Thân thức (body/touch consciousness)*: ý thức về những gì thân thể nhận được như nóng lạnh.
    -*Ý thức* (mind consciousness/ mental phenomena consciousness): ý thức về tất cả các hiện tượng vật chất và tinh thần.

Theo *Phật giáo Đại thừa* thì **Sunyata là sự vắng mặt của tự tánh** (Srt. **Svabhava**, Av. **Inherent Existence**) hơn là sự vắng mặt của Ngã (Srt. **Atman**, Av. **Self**) như quan niệm của Phật giáo Tiểu thừa. Các nhà tư tưởng Phật giáo Đại thừa đã dùng lăng kính nhận thức này để nhìn tất cả các hiện tượng - các sự vật, các sự kiện- và họ cho rằng tất cả các hiện tượng đều không có **tự tánh/tự thể**:

- All things are empty of inherent existence.
- All dharmas are sunya/ all phenomena are empty, they are without inherent existence.

Nói cách khác, "**tánh không**" không có nghĩa đơn giản là không tồn tại/ không hiện hữu, "*tánh không*" **có ý chỉ là sự không có tự tánh** [xem đoạn 2.2]. (Emptiness does not mean simply non existence, emptiness implies the emptiness of inherent existence). Điều này nhấn mạnh rằng chúng ta không nên hiểu rằng tất cả các hiện tượng chẳng phải không có mặt/không tồn tại mà chỉ nên hiểu rằng tất cả các hiện tượng không có tự tánh. Như Bát-nhã Tâm kinh nói:

"Vô nhãn, nhĩ, tỷ, thiệt, thân, ý" thì **không nên hiểu rằng** "không có con mắt, không có lỗ tai, không có lỗ mũi, không có cái lưỡi, không có thân xác và không có ý" mà **nên hiểu rằng** "*không có*" ở đây là "*không có tự tánh*". Thử rờ vào mắt, vào mũi …, chúng ta thấy rõ con mắt có tồn tại, tương tự cái mũi cũng tồn tại v…v… Mắt không thể tự tồn tại được, không thể có hiệu lực nếu hệ thống thần kinh không hoàn hảo. Vì mắt phải tuỳ thuộc vào các yếu tố khác như máu, dây thần kinh, nên mắt không có tự tánh; lý luận tương tự cho tai, mũi v…v…

Mỗi uẩn trong 5 uẩn tùy thuộc lẫn nhau cho nên mỗi uẩn đều không có tự tánh. Vậy ngũ uẩn là "Không" bởi vì ngũ uẩn là các sự vật tùy thuộc lẫn nhau, chúng không có tự tánh. (the five skandhas are empty, since they are interdependent dharmas and have no intrinsic existence.)

2.2. Ý nghĩa triết học của tự tánh (Srt. Svabhava, Av. self-nature/ nature of its own/ own-being, inherent existence/intrinsic existence):

Theo nghĩa thông thường thì **tự tánh** có nghĩa là đặc tính (characteristics) của một sự vật (thing), của một đối tượng (object). Thí dụ củi đang cháy là một vật, còn sức nóng là tự tánh/đặc tính của nó. Như vậy, tự tánh là thuộc tính của một vật, gắn liền với vật ấy mà không đi theo một vật nào khác.

Theo nghĩa trong hệ thống triết học Bát-nhã/ triết học tánh Không của Phật giáo Đại thừa thì **tự tánh** có nghĩa là *"cái gì đó"* chỉ quan hệ với chính nó (own-being) chứ không có quan hệ với bất cứ cái gì ở bên ngoài nó. Điều này có nghĩa là *tự tánh không lệ thuộc vào duyên khởi/ nhân quả, nó không tùy thuộc vào một thực thể khác (Srt. Bhava, Av. entity), nó không biến đổi, nó thường hằng, vĩnh cửu.* Như vậy, theo định nghĩa này thì *không có một thực thể hiện hữu/tồn tại (an existent entity) nào có thể tìm được tự tánh riêng biệt của nó*. Nói cách khác, sự hiện hữu của tự tánh là chuyện không thể có được. Suy ra: tất cả các hiện tượng/sự vật/sự kiện thì có hiện hữu/có tồn tại, nhưng hoàn toàn không có tự tánh. Đây là mấu chốt của cách kiến giải của triết lý tánh không về tất cả các pháp (dharmas).

Trong tiếng Sanskrit phiên âm bởi mẫu tự Latin thì **Dharma**, viết **D** hoa có nghĩa là Phật Pháp, còn dharma viết **d** thường có nghĩa là hiện tượng, sự vật.

Chúng ta là người bình thường, tất cả các sự vật xuất hiện trước mắt chúng ta thì chúng ta thường nghĩ rằng nó hiện hữu/tồn tại biệt lập tự nó. Các đối tượng ấy thì biệt lập khỏi tâm trí chúng ta, và phân biệt với những sự vật hay những hiện tượng khác (other phenomena). Vũ trụ hiện hữu gồm có những đối tượng không có dính liền với nhau và chúng hiện hữu tự chính nó (their own side). Các đối tượng hiện hữu tự chúng nó: thí dụ như cái bàn, các ngôi sao, các hành tinh, các ngọn núi, các nhân vật khác v… v…; tất cả các sự vật, các sự kiện này được nhận biết bởi chúng sanh có ý thức. Thường thường thì chúng ta không có can thiệp vào sự hiện hữu/tồn tại của các sự vật, các sự kiện hay các hiện tượng. Mỗi sự vật, mỗi hiện tượng hiện hữu/ tồn tại hoàn toàn không tùy thuộc vào chúng ta, và không tùy thuộc vào các đối tượng khác. Tuy nhiên nếu chúng ta quán chiếu qua các yếu tố cấu tạo của nó thì chúng ta sẽ thấy rằng các sự vật, các hiện tượng thiếu vắng tự tánh. Thí dụ: khi nhìn cái bàn qua nhận thức thông thường thì cái bàn là vật biểu lộ trước mắt chúng ta, nhưng nếu vượt qua cái nhìn này để phân tích các yếu tố kết hợp nên cái bàn thì chúng ta sẽ nhận thức rằng: *"cái bàn thiếu vắng tự tánh của nó"* [the table lacks intrinsic existence/ inherent existence (Srt. Svahava)].

Nagarjuna đã đặt nền tảng cho *"bản thể luận"* (ontology) trong tư tưởng Phật giáo khi quan niệm *"thực tại tuyệt đối như là "Không" của một bản thể vĩnh cửu"* (ultimate reality as empty of an unchanging essence). Ngài đã được Phật giáo Ấn độ tôn xưng là vị Phật lịch sử thứ hai.

Đến đây chúng ta đã có được hành trang là hai thuật ngữ chính của *triết học Bát-nhã/ triết học tánh không* để soi sáng cho việc tìm hiểu Bát-nhã Tâm kinh.

Có rất nhiều giảng luận về các kinh Phật, trong số các giảng luận ấy (Srt. Sastras, Av. Essays) có giảng luận về văn học Bát-nhã. Các giảng luận này được viết bởi các vị Sư Thầy cao minh, hoặc bởi các triết gia, các giảng luận này không có ý định thay thế lời Đức Phật dạy ở trong kinh Phật. Thí dụ như Trung Quán Luận (Mula - Madhyamakakarika) của Nagarjuna (Long Thọ) là một giảng luận nhằm giảng và luận về Bát-nhã Tâm kinh, tuy không có bình giảng từng câu một, nhưng đã căn cứ vào bài kinh này. Bên cạnh các giảng luận còn có nhiều bài tóm tắt cũng nhằm triển khai tư tưởng triết học Bát-nhã, hoặc có nhiều bài bình giảng về các giảng luận này. Các giảng luận là những phản hồi rất quý báu của các Sư Thầy, của các triết gia, của các nhà khảo cứu, của các Phật giáo đồ mà chúng ta cần tham khảo để soi sáng việc tìm hiểu Phật học.

Đức Phật lịch sử là vị đã khởi xướng (an initiator) nền triết học Phật giáo để truyền lại cho nhiều thế hệ, Ngài cũng là vị đã sáng lập (a founder) ra tăng đoàn Phật giáo. Chúng ta có suy nghĩ rằng: tất cả những lời dạy trong Kinh điển Pali (Pali Canon) thì cả một đời người, ngay cả cuộc đời của Đức Phật lịch sử cũng không đủ thời gian để triển khai, để giảng các điều Ngài đã thuyết, ngay cả nếu Ngài sống được 200 hay 300 năm. Trên thực tế, các lời dạy của Đức Phật lịch sử đã được các vị cao minh giải thích, triển khai trong đường hướng phát huy trí tuệ và thực hành tâm linh. Theo dòng lịch sử, trong sự tiến triển của văn hóa và văn minh Ấn độ, nhu cầu của quần chúng đòi hỏi có nhiều câu hỏi và các câu trả lời sâu sắc hơn. Phật giáo Đại thừa đã phản hồi các đòi hỏi tinh thần này bằng những sự phát triển tư tưởng phật giáo có tính cách lịch sử. Do đó càng ngày càng có nhiều bậc cao minh đã đem đến nhiều cách nhìn khác nhau về các lời dạy nguyên thủy của Đức Phật lịch sử, nhờ đó truyền thống tâm linh mỗi ngày một phát triển phong phú hơn.

Chúng ta được may mắn sống sau Đức Phật lịch sử trên 2 ngàn năm, nên chúng ta được hưởng một gia tài quý báu của không những chỉ có lời dạy của Đức Phật mà còn những lời thuyết minh của các bậc cao minh, các vị này đã giảng giải bằng chính ngôn ngữ của chúng ta hoặc bằng ngôn ngữ của những xứ khác. Ngày nay trong thời đại Internet (Internet age), chúng ta còn may mắn có được *"các vị thầy Internet"* rất đa năng giúp cho chúng ta tìm hiểu mọi chuyện, đặc biệt là Phật học. Như vậy, công tâm mà nói, ngày nay đời sống tâm linh (spiritual life) của chúng ta, sự học hỏi Phật Pháp còn hơn cả ở Đại học Phật giáo đầu tiên Nalanda. Nalanda đã là trung tâm Phật học cao cấp từ thế kỷ thứ 5 đến năm 1197, ở tiểu bang Bihar, Ấn độ.

"Bát-nhã Tâm kinh chú giảng" này chỉ là một ngọn đuốc nhỏ nhoi, chỉ mong soi sáng được phần nào trong việc tìm hiểu *"Bát-nhã Tâm kinh"*, đây chỉ bằng một hột cát nhỏ giữa lòng đại dương nếu so sánh với kho tàng nghiên cứu Phật giáo rất đồ sộ hiện nay.

*****

Có nhiều bản nguyên văn Phạn ngữ của Bát-nhã Tâm kinh, nhưng tựu trung có hai loại:

- **bản ngắn** thì không có phần mở đầu và phần kết luận,
- **bản dài hơn** thì có phần mở đầu và phần kết luận.

Dù là bản ngắn hay là bản dài, *Bát-nhã Tâm kinh* là một bài kinh ngắn nhất trong kho tàng kinh điển của Phật giáo Đại thừa.

Có rất nhiều bản dịch Bát-nhã Tâm kinh ra các thứ tiếng khác nhau: Hán, Việt, Tây tạng, Nhật bản, Đại Hàn, Mông Cổ, Anh, Pháp, Đức …

Chương Hai   NGUYÊN VĂN HÁN NGỮ của Ngài Huyền Trang
PHIÊN ÂM HÁN VIỆT - Bản VIỆT DỊCH TÂM KINH của NVT

Bhagavati Prajna Paramita Hridaya
Bát-Nhã Ba-La-Mật-Đa Tâm Kinh

Nguyên văn chữ Hán, bản dịch của Ngài Huyền Trang.

Tâm Kinh là một kinh văn ngắn nhất chỉ có 260 chữ Hán. Tâm Kinh Hán ngữ là tinh hoa/ cốt tuỷ của toàn bộ Đại Bát-nhã.

Ngài Huyền Trang đã chọn cách viết bài Kinh theo thể trường hàng/văn xuôi. Bài kinh này được viết thành một đoạn văn duy nhất (a single segment), để có thể thấy rõ từng ý chính của bài Kinh tôi phân chia ra làm nhiều đoạn ngắn hơn và đặt các tiểu tựa khi chú giảng.

般 若 波 羅 蜜 多 心 經.

I. 觀自在菩薩。行深般若波羅蜜多時。照見五蘊皆空。度一切苦厄。

II. 舍利子。色不異空。空不異色。色即是空。空即是色。受想行識亦復如是.

III. 舍利子。是諸法空相。不生不滅。不垢不淨。不增不減。

IV. 是故空中無色。無受想行識。無眼耳鼻舌身意。無色聲香味觸法。無眼界。乃至無意識界。無無明。亦無無明盡。乃至無老死。亦無老死盡。無苦集滅道。無智亦無得。

V. 以無所得故。菩提薩埵。依般若波羅蜜多故。心無罣礙。無罣礙故。無有恐怖。遠離顛倒夢想。究竟涅槃。

VI. 三世諸佛。依般若波羅蜜多故。得阿耨多羅三藐三菩提。

VII. 故知般若波羅蜜多。是大神咒。是大明咒。是無上咒。是無等等咒。能除一切苦。真實不虛。
故說般若波羅蜜多咒。即說咒曰。
揭諦揭諦。波羅揭諦。波羅僧揭諦。菩提薩婆訶。

Phiên âm Hán-Việt của Bát-nhã Tâm Kinh.

I. Quán Tự Tại Bồ Tát hành thâm Bát nhã Ba la mật đa thời, chiếu kiến ngũ uẩn giai Không, độ nhất thiết khổ ách.

II. Xá Lợi Tử, sắc bất dị Không, Không bất dị sắc, sắc tức thị Không, Không tức thị sắc, thọ, tưởng, hành, thức, diệc phục như thị.

III. Xá Lợi Tử, thị chư pháp Không tướng; bất sanh, bất diệt; bất cấu, bất tịnh; bất tăng, bất giảm.

IV. Thị cố Không trung vô sắc, vô thọ, tưởng, hành, thức. Vô nhãn, nhĩ, tỷ, thiệt, thân, ý. Vô sắc, thanh, hương, vị, xúc, pháp. Vô nhãn giới, nãi chí vô ý thức giới. Vô vô minh, diệc vô vô minh tận, nãi chí vô lão tử, diệc vô lão tử tận. Vô khổ, tập, diệt, đạo. Vô trí diệc vô đắc.

V. Dĩ vô sở đắc cố, Bồ-đề-tát-đỏa y Bát-nhã Ba-la-mật-đa cố, tâm vô quái ngại, vô quái ngại cố, vô hữu khủng bố, viễn ly điên đảo mộng tưởng, cứu cánh Niết-bàn.

VI. Tam thế chư Phật, y Bát-nhã Ba-la-mật-đa cố, đắc A-nậu-đa-la tam-miệu tam-bồ-đề.

VII. Cố tri Bát-nhã Ba-la-mật-đa, thị đại thần chú, thị đại minh chú, thị vô thượng chú, thị vô đẳng đẳng chú, năng trừ nhất thiết khổ, chân thật bất hư. Cố thuyết Bát-nhã Ba-la-mật-đa chú, tức thuyết chú viết:

Yết-đế yết-đế, ba-la-yết-đế, ba-la-tăng-yết-đế, bồ-đề tát-bà-ha.

Hết lòng tôn kính Prajna Paramita, Đức Mẹ.
Homage to the Perfection of Wisdom, the Blessed Mother.

Bản Việt dịch của NVT
từ Tâm Kinh Hán ngữ bản ngắn của Ngài Huyền Trang.

I. Đức Bồ-tát Quán-Tự-Tại (*Avalokitesvara Bodhisattva*) sau khi thực hành thâm sâu phép tu "*Trí Huệ Siêu Việt*", rồi Ngài xem xét lại cẩn thận và nhận thấy rằng ngũ uẩn[1] đều là Không, nên Ngài vượt qua được tất cả khổ ách[2].

II. Này thầy Tỳ Kheo Shariputra (Xá-lợi-tử)! sắc uẩn (*thân xác, hình thể*) chẳng khác gì Không (*của sắc*), Không cũng chẳng khác gì sắc uẩn. Sắc uẩn chính là Không, Không chính là sắc uẩn. Bốn uẩn còn lại là Thọ, Tưởng, Hành và Thức cũng đều như thế (*cũng là Không*)[3].

III. Này thầy Tỳ Kheo Shariputra! Các pháp đều có tướng Không. Chúng không sanh khởi, không tận diệt; không dơ, không sạch; không thêm, không bớt.

IV. Chính vì vậy cho nên trong tướng Không[1] không có sắc (thân xác, hình dáng), không có thọ, tưởng, hành, thức.[4] & [5] Không có mắt, không có tai, mũi, lưỡi, thân, ý.[6] Không có sắc trần (*cảnh, object*), không có thanh, hương, vị, xúc (*no object of touch*), hiện tượng (*no phenomenon,* hay *không có đối tượng của tâm*).[7] Không có giới vực của mắt, … cho đến không có giới vực của ý thức.[8] Không có vô minh, cũng không có sự tận diệt vô minh … cho đến không có già và chết, và cũng không có sự tận diệt của già và chết.[9] Không có khổ, tập, diệt, đạo. Không có trí cũng không có chứng đắc[10].

V. Chính vì không có chỗ chứng đắc, nên Bồ-tát nương vào phép tu *trí huệ siêu việt (Bát-nhã Ba-la-mật-đa)*, nên tâm không bị chướng ngại. Bởi vì tâm thức không bị chướng ngại, cho nên Bồ-tát vượt qua được sự sợ hãi, xa lìa được những mộng tưởng sai lầm, và cuối cùng đạt được cứu cánh Niết-bàn.

VI. Tất cả các Đức Phật xuất hiện trong 3 thời: quá khứ, hiện tại và tương lai nhờ dựa trên *trí huệ siêu việt* mà hoàn toàn đạt được giác ngộ tối cao, chánh đẳng, chánh giác và viên mãn.

VII. Do đó mọi người phải biết rằng *Bát-nhã Ba-la-mật-đa* là đại thần chú, là thần chú của *trí tuệ siêu việt* (*the mantra of the perfection of wisdom*), là thần chú vô song, có công năng tận diệt tất cả các khổ não, đây là điều xác thực, không có gì lầm lẫn.

Thần chú này được nói ra bởi *Prajna Paramita*, vậy nên đọc câu chú như vầy[11]:
Gate, Gate, Paragate, Parasamgate, Bodhi, Svaha.

Việt dịch :
Đi qua, đi qua, đi qua bờ bên kia, đi qua hẳn bờ bên kia, hởi Giác Ngộ, xin đãnh lễ!

(Anh ngữ :
Go, go, go beyond, go completely beyond, Enlightenment, Fulfilling!)

Cước chú của bản Việt dịch:

(1) **Ngũ Uẩn** (Srt. Panca Skandha, Av. Five Aggregates) có nghĩa là *"5 nhóm kết hợp lại"* để tạo thành con người:- *phần vật chất* có hình dáng gọi là Sắc uẩn; *phần tâm lý* không có hình dáng, gồm có 4 uẩn là: Thọ uẩn, Tưởng uẩn, Hành uẩn và Thức uẩn.

(Xem thêm bài Ngũ Uẩn của NVT, nguồn: Website Thư Viện Hoa Sen, Trang Nhà Quảng Đức, Chùa A-di-đà Australia, An Phong An Bình)

(2) *Trong nguyên tác Phạn ngữ, đoạn I ghi như thế nầy:*
Đức Bồ-tát Avalokitesvara thực hành thâm sâu phép tu *Trí Tuệ Siêu Việt*. Ngài quan sát lại thấy rằng *tự tánh* (intrinsic existence, inherent existence) của ngũ uẩn là Không (Srt. Sunyata, Av. Emptiness) (the five aggregates are empty of intrinsic existence).

(3) *Trong nguyên bản Phạn ngữ, đoạn II có nội dung tương tự, chỉ đổi thứ tự của các câu như sau:*
Này thầy Tỳ Kheo Shariputra, sắc là Không, Không chính là sắc. Không không khác với sắc, sắc không khác với Không. Cái gì là sắc, cái ấy là Không, cái gì là Không, cái ấy là sắc. Thọ, Tưởng, Hành và Thức cũng như thế. (Shariputra, form is empty, empty is form. Emptiness is not other than form, form also is not other than emptiness. Whatever is form, that is emptiness, whatever is emptiness, that is form. In the same way, feeling, perception, mental formation, and consciousness are empty).

(4) **18 giới vực** (Eighteen Constituents) gồm có **12 xứ** (twelve Sources) là 6 căn và 6 trần + **6 thức**:

(5) **6 căn** (six Sense Organs): *Nhãn, nhĩ, tỷ, thiệt, thân và ý* (eye, ear, nose, tongue, body, mental sense).

(6) **6 trần** còn gọi là cảnh (six Objects): *Sắc(màu sắc), thanh, hương, vị, xúc và pháp* (forms, sounds, odors, tastes, tangible objects and phenomena).

(7) **6 thức** (six Consciousnesses): *Nhãn thức, nhĩ thức, tỷ thức, thiệt thức, thân thức và ý thức* (eye consciousness, ear consciousness, nose consciousness, tongue consciousness, body consciousness and mind consciousness).

(8) **Duyên Khởi** hay **12 nhân duyên** (Srt. Pratityasamutpada, Av. Twelve Links of Interdependent Arising) gồm có 12 loại nhân duyên: *Vô minh, Hành, Thức, Danh-và-Sắc, Lục căn-và-Lục trần (Lục nhập), Xúc, Thọ, Ái, Thủ, Hữu, Sinh, Lão-và-Tử.*
(Xem thêm bài Duyên Khởi hay Thập Nhị Nhân Duyên của NVT, nguồn: như đã dẫn trên)

(9) **Tứ Diệu Đế** là Bốn Sự Thật Cao Thượng (the Four Noble Truths) đã được Đức Phật giảng dạy trong bài thuyết pháp đầu tiên của Ngài gồm có: **Khổ đế** (the noble truth of Duhkha): chân lý về những điều không hài lòng, **Tập đế** (the cause of Duhkha): nguyên nhân của Duhkha, **Diệt đế** (the cessation of Duhkha): sự diệt trừ Duhkha, **Đạo đế**: con đường đưa tới sự diệt trừ duhkha, hay là **Bát Chánh Đạo,** đây là con đường có 8 chi nhánh (eightfold): 1. Chánh Kiến, 2. Chánh Tư Duy, 3. Chánh Ngữ, 4. Chánh Nghiệp, 5. Chánh Mạng, 6. Chánh Tinh Tấn, 7. Chánh Niệm, 8. Chánh Định.
(Xem thêm các bài Tứ Diệu Đế và Bát Chánh Đạo của NVT, nguồn: như đã dẫn trên)

(10) Trong nguyên tác Phạn ngữ, đoạn này có thêm một câu cuối như sau:
"Không có trí, không có đắc, *cũng không có không đắc* (no wisdom, no attainment, and *also no non-attainment*).

(11) Trong bản Phạn ngữ, câu chú ghi là:
Tadyatha gate gate paragate parasamgate bodhi svaha.
Tadyatha nghĩa là "*Điều đó là như thế này:*" (It is like this:), chữ Tadyatha đồng nghĩa với chữ **Om** cũng thường đặt ở đầu câu chú.

Homage to the Perfection of Wisdom, the Blessed Mother.
Prajna Paramita Hridaya Sutra, Profound Wisdom of the Heart Sutra

**Bản dịch Anh ngữ của NVT
từ Tâm Kinh Hán ngữ bản ngắn của Ngài Huyền Trang.**

I. The Holy Bodhisattva Avalokitesvara beheld the practice of the profound perfection of wisdom, and perceived that the five aggregates are empty of intrinsic existence.
II. Venerable Shariputra, Form is not different from Emptiness, and Emptiness is not different from Form. Form is Emptiness, and Emptiness is Form. Likewise, feelings, perceptions, mental formations, and consciousness are all empty.

III. Venerable Shariputra, all phenomena are Emptiness. They are not born, and they do not cease; they are not defiled, and they are not undefiled; they do not increase, and they do not decrease.

IV. Therefore, in Emptiness, there is no form, no feeling, no perception, no mental formation and no consciousness. There is no eye, no ear, no nose, no tongue, no body, and no mind. There is no form, no sound, no smell, no taste, no touch, and no phenomenon (no mental object). There is no eye element and . . . no element of consciousness. There is no ignorance, and there is no extinction of ignorance and . . . no aging-and-death, and no extinction of aging- and-death. Likewise, there is no suffering, origin, cessation and path. There is no wisdom, and there is no attainment.

V. Because Bodhisattvas have no attainments, they rely on *"Perfection of Wisdom"* (Prajna Paramita), their minds have no obstructions, since there is no obstructions in their minds, they have no fear, they overcome utterly beyond all perverted views, they will reach the end of Nirvana.

VI. All the Buddhas too who abide in the three times: the past, present and future, having relied on the Perfection of Wisdom (the Prajna Paramita) attained the full awakening of unsurpassed, perfect and complete enlightenment.

VII. Therefore, One should know that the mantra of the Perfection of Wisdom (the Prajna Paramita) - the mantra of great knowledge, the unsurpassed mantra, the equal – to – the unequal mantra, the mantra capable of quelling all suffering - is true because it is not deceptive.

The mantra of the Perfection of Wisdom (Prajna Paramita) is proclaimed:

"Gate, Gate, Paragate, Parasamgate, Bodhi, Svaha."

"Go, go, go beyond, go completely beyond, Enlightenment, Fulfilling"

Bản dịch tiếng Anh của Geshe Thupten Jinpa
từ **Tâm Kinh tiếng Tây Tạng bản dài** do **Đức Dalai Lama thứ 14, Tenzin Gyatso**,
dùng trong bài thuyết pháp tại Mountain View, California, vào năm 2001.

The Text of the Heart Sutra
The Blessed Mother, the Heart of the Perfection of Wisdom[11]
In Sanskrit: *Bhagavati Prajna Paramita Hridaya*
[This is the first segment][12]

Thus Have I Once Heard:

The Blessed One was staying in Rajgriha at Vulture Peak along with a great community of monks and great community of bodhisattvas, and at this time, the Blessed One entered the meditative absorption on the varieties of phenomena called the appearance of the profound. At that time as well, the noble Avalokiteshvara, the bodhisattva, the great being, clearly beheld the practice of the profound perfection of wisdom itself and saw that even the five aggregates are empty of intrinsic existence.

Thereupon, through the Buddha's inspiration, the Venerable Shariputra spoke to the noble Avalokiteshvara, the bodhisattva, the great being, and said, "How should any noble son or noble daughter who wishes to engage in the practice of the profound perfection of wisdom train?"

When this had been said, the holy Avalokiteshvara, the bodhisattva, the great being, spoke to the Venerable Shariputra and said, "Shariputra, any noble son or noble daughter who wishes to engage in the practice of profound perfection of wisdom should clearly see this way: they should see perfectly that even the five aggregates are empty of intrinsic existence".

"Form is emptiness, emptiness is form; emptiness is not other than form, form too is not other than emptiness. Likewise, feelings, perceptions, mental formations, and consciousness are all empty.

"Therefore, Shariputra, all phenomena are emptiness; they are without defining characteristics; they are not born, they do not cease; they are not defiled, they are not undefiled; they are not deficient, and they are not complete.

"Therefore, Shariputra, in emptiness there is no form, no feelings, no perceptions, no mental formations, and no consciousness. There is no eye, no ear, no nose, no tongue, no body, and no mind. There is no form, no sound, no smell, no taste, no texture, and no mental objects. There is no eye-element and so on up to no mind-element including up to no element of mental consciousness. There is no ignorance, there is no extinction of ignorance, and so on up to no aging and death and no extinction of aging and death. Likewise, there is no suffering, origin, cessation, or path; there is no wisdom, no attainment, and even no non-attainment.

"Therefore, Shariputra, since bodhisattvas have no attainments, they rely on this perfection of wisdom and abide in it. Having no obscuration in their minds, they have no fear, and by going utterly beyond error, they will reach the end of nirvana.

"All the buddhas too who abide in the three times attained the full awakening of unexcelled, perfect enlightenment by relying on this profound perfection of wisdom.

"Therefore, one should know that the mantra of the perfection of wisdom – the mantra of great knowledge, the unexcelled mantra, the mantra equal to the unequalled, the mantra that quells all suffering – is true because it is not deceptive. The mantra of the perfection of wisdom is proclaimed:

tadyatha gaté gaté paragaté parasamgaté bodhi svaha!

"Shariputra, the bodhisattvas, the great beings, should train in the perfection of wisdom in this way".

Thereupon, the Blessed One arose from that meditation absorption and commended the holy Avalokiteshvara, the bodhisattva, the great being, saying this is excellent.

"Excellent! Excellent! O noble child, it is just so; it should be just so. One must practise the profound perfection of wisdom just as you have revealed. For then even the tathagatas will rejoice".

As the Blessed One uttered these words, the Venerable Shariputra, the holy Avalokiteshvara, bodhisattva, the great being, along with the entire assembly, including the worlds of gods, humans, asuras, and gandharvas, all rejoiced and hailed what the Blessed One had said.

Notes from the Translator and Editor   Geshe Thupten Junpa:
(11): This translation of the Heart Sutra is from the Tibetan version, the edition used by H.H. the Dalai Lama for his discourse in Mountain View, California, in 2001. (. . .), p. 166.
(12): In Tibetan literary tradition, segment numbers are provided at the beginning of scriptures while the chapter titles are provided at the end. The *Heart Sutra* has only one segment.(. . .), p. 166.

(***Source***:   Tenzin Gyatso, the fourteenth Dalai Lama, *Essence of the Heart Sutra*. Translated and Edited by Geshe Thupten Jinpa. Boston: Wisdom Publication, 2002, p.p. 59-61).

Nguyên văn Phạn ngữ viết theo mẫu tự Latin của Tâm Kinh Phạn ngữ bản ngắn

The Heart Sutra
Translated from the Sanskrit by Edward Conze
Om namo Bhagavatyai Arya-Prajnaparamitayai!
Homage to the Perfection of Wisdom, the Lovely, the Holy!

Arya-Avalokitesvaro bodhisattvo gambhiram prajnaparamitacaryam caramano vyavalokayati sma: panca-skandhas tams ca svabhavasunyan pasyati sma.
Avalokita, The Holy Lord and Bodhisattva, was moving in the deep course of the Wisdom which has gone beyond. He looked down from on high, He beheld but five heaps, and he saw that in their own-being they were empty.

Iha Sariputra rupam sunyata sunyataiva rupam, rupan na prithak sunyata sunyataya na prithag rupam, yad rupam sa sunyata ya sunyata tad rupam; evam eva vedana-samjna-samskara-vijnanam.

Here, Sariputra, form is emptiness and the very emptiness is form; emptiness does not differ from form, form does not differ from emptiness; whatever is form, that is emptiness, whatever is emptiness, that is form, the same is true of feelings, perceptions, impulses and consciousness.

Iha Sariputra sarva-dharmah sunyata-laksana, anutpanna aniruddha, amala aviamala, anuna aparipurnah.

Here, Sariputra, all dharmas are marked with emptiness; they are not produced or stopped, not defiled or immaculate, not deficient or complete.

Tasmac Chariputra sunyatayam na rupam na vedana na samjna na samskarah na vijnanam. Na caksuh-srotra-ghranajiHva-kaya-manamsi. Na rupa-sabda-gandha-rasa-sprastavaya-dharmah. Na caksur-dhatur yavan na manovjnana-dhatuh. Na-avidya na-avidya-ksayo yavan na jara-maranam na jara-marana-ksayo. Na duhkha-samudaya-nirodha-marga. Na jnanam, na praptir na-apraptih.

Therefore, Sariputra, in emptiness there is no form, nor feeling, nor perception, nor impulse, nor consciousness; No eye, ear, nose, tongue, body, mind; No forms, sounds, smells, tastes, touchables or objects of mind; No sight-organ element, and so forth, until we come to: No mind-consciousness element; There is no ignorance, no extinction of ignorance, and so forth, until we come to: there is no decay and death, no extinction of decay and death. There is no suffering, no origination, no stopping, no path. There is no cognition, no attainment and non-attainment.

Tasmac Chariputra apraptitvad bodhisattvasya prajnaparamitam asritya viharaty acittavaranah. Cittavarana-nastitvad atrastro viparyasa-atikranto nishtha-nirvana-praptah.

Therefore, Sariputra, it is because of his non-attainmentness that a Bodhisattva, through having relied on the Perfection of Wisdom, dwells without thought-coverings. In the absence of thought-coverings he has not been made to tremble, he has overcome what can upset, and in the end he attains to Nirvana.

TryadHva-vyavasthitah sarva-buddhah prajnaparamitam-asritya-anuttaram samyaksambodhim abhisambuddhah.

All those who appear as Buddhas in the three periods of time fully awake to the utmost, right and perfect Enlightenment because they have relied on the Perfection of Wisdom.

Tasmaj jnatavyam: prajnaparamita maha-mantro maha-vidya-mantro "nuttara-mantro" samasama-mantrah, sarva-duhkha-prasamanah, satyam amithyatvat. Prajnaparamitayam ukto mantrah. Tadyatha: Gate gate paragate parasamgate bodhisvaha. Iti prajnaparamita-hridayam samaptam.

Therefore one should know the prajnaparamita as the great spell, the spell of great knowledge, the utmost spell, the unequalled spell, allayer of all suffering, in truth - for what could go wrong? By the prajnaparamita has this spell been delivered. It runs like this:

Gone, gone, gone beyond, gone altogether beyond, O what an awakening, all-hail!

Note: All is the same as in Conze's translation, with one exception: "O Sariputra" is "Sariputra" here, as a matter of stylistic preference

Chương Ba ĐẠI Ý CỦA TÂM KINH

Tâm Kinh có hai chủ đề:

1. Thứ nhất là giảng dạy về những cốt tủy của học thuyết Phật giáo.

2. Thứ hai là giảng dạy về cách tu tập để thấu hiểu thâm sâu về trí tuệ siêu việt mà các vị Bồ-tát nương theo để đạt cứu cánh Niết-bàn.

Tâm Kinh cho thấy mối liên hệ giữa *chân lý bình thường/ tục đế* (conventional reality/truth) là hiện tượng (phenomenon) và *chân lý tuyệt đối/ chân đế* (ultimate reality/truth) là một bản thể (noumenon).

Đức Bồ-tát Quán-tự-tại đã trả lời một câu hỏi duy nhất của Tỳ Kheo Shariputra: *Làm sao để một người có thể tu tập được "**trí tuệ siêu việt**"?* (How does one practise the perfection of wisdom?).

Sau câu trả lời đầu tiên rất ngắn gọn: *"Tự tánh của ngũ uẩn là **Không**"*. Ngài Bồ-tát Quán-tự-tại đã quảng diễn câu này, và duyệt qua tất cả các đề tài chính yếu của triết học Phật giáo: Ngũ uẩn, Duyên Khởi, Tứ Diệu Đế. Rồi sau đó Ngài lại phủ nhận sự hiện hữu của các ý niệm triết lý này, và Ngài còn tiến xa hơn nữa là phủ nhận luôn sự phủ nhận này nhằm để phá chấp tận gốc rễ.

Chương Bốn BỐ CỤC CỦA TÂM KINH

I. Bố cục của một bài Kinh Phật:

Mỗi một bài Kinh Phật, hoặc một cuốn Kinh Phật thường có một bố cục được phân chia như sau:

A. Phần nhập đề (Hv. Phần tự, Av. Prologue/Introduction) gồm có các điểm như sau:

1. Câu đầu tiên là:
    "*Tôi nghe như vầy*"
    Hv. Như thị ngã văn.
    Pa. Evam me sutam.
    Av. Thus have I heard.

Thường thường thì Ngài Ananda thuật lại các bài giảng của Đức Phật, nên chữ "*tôi*" ở đây thường ám chỉ Ngài Ananda

2. Lý do Đức Phật nói bài Pháp thoại, bài Kinh, cuốn Kinh này.

3. Thời điểm Đức Phật giảng bài Pháp này, thường thường thì ngày, tháng, năm không có ghi lại rõ ràng
4. Vị cao tăng thuật lại lời Phật giảng bài Pháp này.

5. Các thính chúng lắng nghe Đức Phật thuyết Pháp: Bồ-tát, Tăng, Ni, thiện Nam tín Nữ, chư Thiên, chư Thần.

6. Chủ đề của bài thuyết giảng.

B.- Phần thân bài (Hv. Phần Chánh tông, Av. The main body of the Sutra):

Đây là phần chính của bài Kinh, trình bày nội dung của bài thuyết Pháp của Đức Phật, thường thường theo hình thức "*hỏi*" và "*đáp*" (Pháp thoại). Kinh được sử dụng bởi lối văn cách nay khoảng 2.500 năm nên có nhiều đoạn khó hiểu, nhiều chỗ lặp đi lặp lại theo lối quảng diễn của ngôn ngữ thời đó. Do vậy, Kinh điển cần được quảng diễn theo văn phong hiện đại để có thể hiểu được dễ dàng hơn.

C.- Phần Kết luận (Hv. Phần lưu thông, Av. Epilogue/ Conclusion):
- thường thường ghi lại lời khen của Đức Phật, và Đức Phật chấp thuận lời giảng của vị cao tăng.
- sự thấu hiểu bài thuyết Pháp của người nghe.
- sự vui vẻ, hạnh phúc của thính giả: Bồ-tát, Tăng,Ni, Thiện Nam Tín Nữ, chư Thiên, Chư thần đã thưởng thức bài thuyết Pháp.

Trong Kinh văn Phật giáo thì *phần tụng* được viết bằng tiếng *Sanskrit-tạp Phật giáo* (Buddhist Hybrid Sanskrit), còn *phần trường hàng* được viết bằng tiếng Sanskrit. *Trường hàng* (長 行, trường= dài, hàng= dòng) là thể văn xuôi; thông thường Đức Phật dùng thể văn xuôi để thuyết Pháp. Ví dụ như: - Kinh Maha-vastu (Hán-Việt dịch là Kinh Đại sự), - Kinh Jataka (Hán Việt dịch là Kinh Bản sanh) nói về tiền thân của Đức Phật, - Kinh Prajnaparamita (Kinh Bát-nhã Ba-la-mật-đa), - Kinh Pháp Hoa (Kinh Saddharma-pundrika). Tất cả các kinh điển Phật giáo đều được kính trọng như là lời của Đức Phật (Srt. Buddhavacana, Av. the words of Buddha), hoặc là do Đức Phật trực tiếp nói ra từ cửa miệng của Ngài, hoặc là do một đệ tử có thẩm quyền được Đức Phật sử dụng thần lực truyền ý tưởng của Đức Phật cho vị đệ tử ấy nói ra , như trường hợp của Bát-nhã Tâm Kinh: Đức Phật truyền thần lực cho Đức Bồ-tát Quán-tự-tại thuyết giảng Kinh này.

Tâm Kinh (*viết tắt TK*) có hai loại bản: bản dài và bản ngắn:
TK bản dài được ấn hành với sự hiệu đính của H.L. Feer tại Paris, Pháp, năm 1866, TK bản dài được dựa trên bản thảo tìm được ở Hasedera (Hv . Trường Cốc Tự) ở Nhật Bản.
TK bản ngắn dựa trên bản thảo tìm thấy được ở Horyuji (Hv. Pháp Long Tự), Nhật Bản.
Max Muller và Nanjio Bunyiu đã ấn hành cả hai bản TK ngắn và dài.

Đại Tạng Kinh Trung Hoa ghi lại 7 bản dịch và một bản phiên âm. TK ngắn Phạn ngữ tương đương với các bản dịch Hán ngữ của Kumarajiva (Cưu-ma-la-thập) và Hán ngữ của Huyền Trang, trong khi TK bản dài có phần tương đương với bản dịch của Đại sư Prajna.

Dù cho bản ngắn hay bản dài, TK là bản kinh ngắn nhất trong số các bản Kinh chính yếu của Phật giáo. Do chỗ ngắn, gọn này mà TK rất được phổ biến trong đại chúng, hầu hết các Phật tử Việt Nam đều đọc tụng thuộc lòng bài "*Bát-nhã Tâm Kinh*".

TK bản dài có thêm *phần nhập đề* và *phần kết luận* trong khi TK bản ngắn không có 2 phần này.

Bản TK Hán ngữ của Ngài Huyền Trang chỉ có 260 chữ Hán, được viết theo thể văn trường hàng, là thể văn xuôi. Vì là bản ngắn nên không có phần mở đầu và phần kết luận. Để có thêm một số sự kiện, chúng tôi sẽ bổ sung *phần mở đầu* và *phần kết luận* vào bản TK Hán ngữ của Ngài HuyềnTrang, căn cứ theo bản TK Phạn ngữ bản dài. Chúng tôi đã tham khảo thêm nhiều bản dịch ra tiếng Anh, đặc biệt là hai bản dịch của *Đức Đạt-lai Lạt-ma thứ 14 Tenzin Gyatso*, do Geshe Thupten Jinpa dịch ra Anh ngữ, trong quyển *"Essence of the Heart Sutra"*; và bản dịch của *Donald S. Lopez*, Ph.D., Giáo sư tại Đại học Michigan, Mỹ, trong quyển *"The Heart Sutra Explained: Indian and Tibetan Commentaries"*.

Chúng tôi sẽ bổ sung *"Nhập đề"* và *"Kết luận"* này trong *phần Chú giảng* theo thứ tự bố cục của một bài Kinh Phật; còn phần thân bài của TK chúng tôi tôn trọng giữ y nguyên văn bản TK Hán ngữ của Ngài Huyền Trang.

II.   Bố cục của Tâm Kinh

Trong phần chú giảng, chúng tôi sẽ chú giảng từng chữ, từng câu, từng đoạn của Tâm Kinh theo trình tự của bố cục này:

A. Phần nhập đề :

TK Phạn ngữ bản ngắn cũng như TK Hán ngữ của Ngài Huyền Trang đều bắt đầu bằng *" Đức Bồ-tát Quán-tự-tại*/Avalokiteshvara Bodhisattva" suy ngẫm về *"trí tuệ siêu việt"* (Srt. Prajnaparamita, Av. the perfection of wisdom) và chấm dứt bằng câu thần chú.

Như đã nói, TK Phạn ngữ bản dài thì có thêm phần mở dầu và phần kết luận. Trong phần mở đầu này có ghi lại rằng Đức Phật Mâu-ni đã ngồi nhập thiền (Srt. Samadhi) còn phần kết luận đã ghi rằng Đức Phật đã xả thiền rồi ngợi khen Đức Bồ-tát Quán tự-tại, và chấp thuận lời giảng của Ngài Bồ-tát. Thính chúng thì tán thán, thưởng thức và thấu hiểu bài giảng, nguyện thực hành pháp tu này.

Trong phần mở đầu của TK bản dài, chúng ta thấy có hai phần:

- **Phần *nhập đề phổ quát*** (Common Prologue) thì theo khuôn mẫu của các bài kinh Phật khác như:

1.- Vị giảng Kinh (the speaker of the Sutra): Đức Phật đã truyền thần lực để Đức Bồ-tát Quán-tự-tại thuyết giảng bài TK.

2.- Thời điểm thuyết Pháp (the time that the Sutra was delivered): cũng như các bài kinh khác, thời điểm không xác định ngày, tháng, năm.

3.- Nơi thuyết Pháp (the place where the Sutra was delivered): tại Vulture Peak.

4.- Thính chúng (the listeners/ to whom the Sutra was spoken): tập đoàn Bồ-tát, tập đoàn Tăng Ni, các thiện Nam tín Nữ, chư thiên, chư thần…

- **Phần *nhập đề đặc biệt*** (Unique Prologue): bài Kinh giới thiệu 3 vị chủ trì trong buổi thuyết giảng: Đức Phật Mâu–ni (Sakyamuni Buddha), Bồ-tát Avalokitesvara và Tỳ Kheo

Shariputra. Theo các Kinh điển Phật giáo thì Tỳ Kheo Shariputra là vị Tăng thông minh nhất trong số các đệ tử thân cận của Đức Phật lịch sử. Đức Phật không có nói một lời nào cả, Ngài đã nhập vào tầng thiền định gọi là *"thậm thâu quán niệm"* (the perception of the profound medication), và Ngài đã vận dụng thần lực một cách mạnh mẽ và lặng lẽ để gợi ý cho Tỳ Kheo Shariputra đặt vấn đề bằng câu hỏi: *"Làm sao để một người có thể tu tập "trí tuệ siêu việt được?"*. Và Đức Phật cũng đã truyền thần lực để Đức Bồ-tát Quán-tự-tại trả lời, lời giảng của Đức Bồ-tát chính là lời giảng của Đức Phật về con đường tu tập của Đại thừa (Mahayana paths). Ở đây, chúng ta thấy Đức Phật không còn là một vị Thầy bình thường nhưng là một Đại sư đã giác ngộ, và Ngài đã truyền lời dạy qua tâm linh đầy thần lực của Pháp thân (Srt. Dharmakaya).

Trong Tâm Kinh, chúng ta thấy sự xuất hiện của Bồ-tát Quán-tự-tại, Ngài là hiện thân của vị Bồ-tát từ bi (the Bodhisattva of compassion). Sự xuất hiện của Đức Bồ-tát giúp ta có thể đoán rằng Tâm Kinh được viết ra vào thời gian có sự tôn thờ Đức Bồ-tát với tâm đại từ đại bi. Ở điểm này chúng ta thấy có một sự liên kết với hai quyển Kinh khác là Kinh Diệu Pháp Liên Hoa/ Kinh Pháp Hoa (Lotus Sutra) và các Kinh Tịnh độ (Pureland Sutras).

B. Phần thân bài của Tâm Kinh (the Body of the Heart Sutra): theo Tâm Kinh Hán ngữ của Ngài Huyền Trang. Tâm Kinh là một kinh văn ngắn nhất chỉ có 260 chữ Hán, Ngài Huyền Trang đã chọn cách viết bài Kinh theo thể trường hàng/văn xuôi, bài kinh này được viết thành một đoạn văn duy nhất (a single segment), để có thể thấy rõ từng ý chính của bài Kinh tôi phân chia ra làm nhiều đoạn ngắn hơn và đặt các tiểu tựa khi chú giảng như sau:

1. Đoạn I : trình bày "tự tánh của ngũ uẩn là Không".

2.- Đoạn II: trình bày nguyên lý bất nhị giữa ngũ uẩn và Không: **Sắc tức thị Không, Không tức thị sắc. Sắc bất dị Không, Không bất dị Sắc.**

3.- Đoạn III và đoạn IV: chứng minh nguyên lý bất nhị bằng phương pháp phủ định.

4.- Đoạn V và VI: trình bày cách thực hành phép tu *"trí tuệ siêu việt"* để đạt giác ngộ.

5.- Đoạn VII: câu thần chú.

C. Phần kết luận (the Epologue of the Heart Sutra): đây là phần bổ sung từ Tâm Kinh Phạn ngữ bản dài. Đức Phật xả thiền, rồi Ngài ngợi khen Đức Bồ-tát Quán-tự-tại, và chấp thuận lời giảng của Đức Bồ-tát. Thính chúng tán thán, thưởng thức, thấu hiểu bài giảng, và nguyện thực hành theo phép tu này.

Chương Năm : TÂM KINH CHÚ GIẢNG

I.- Phần mở đầu

Bản TK Hán ngữ của Ngài Huyền Trang chỉ có 260 chữ Hán, được viết theo thể văn trường hàng, là thể văn xuôi. Vì là bản ngắn nên không có *phần mở đầu* và *phần kết luận*. Để có thêm những thông tin về đề tài, thời điểm, địa điểm, thính chúng và vị Giảng sư của Tâm Kinh... Tôi đã dịch và bổ sung hai phần nầy căn cứ vào bản Tâm Kinh Phạn ngữ bản dài. Tôi đã tham khảo thêm nhiều bản dịch ra tiếng Anh, đặc biệt là hai bản dịch của *Đức Đạt-lai Lạt-ma thứ 14 Tenzin Gyatso*, do Geshe Thupten Jinpa dịch ra Anh ngữ, trong quyển *"Essence of the Heart Sutra"*; và bản dịch của *Donald S. Lopez*, Ph.D., Giáo sư tại Đại học Michigan, Mỹ, trong quyển *"The Heart Sutra Explained: Indian and Tibetan Commentaries"*.

Chúng tôi sẽ bổ sung *"Nhập đề"* và *"Kết luận"* trong *phần Chú giảng* theo thứ tự bố cục của một bài Kinh Phật; còn phần thân bài của TK tôi tôn trọng giữ y nguyên văn bản TK Hán ngữ của Ngài Huyền Trang.

Sau đây là bản dịch phần mở đầu của Tâm Kinh Phạn ngữ bản dài:

"Tôi nghe như vầy:

Vào một ngày, Đức Phật đã ngự trên ngọn đồi của núi Vulture, ở Rajagrha cùng với một đoàn rất đông các Tăng Ni, một đoàn rất đông các vị Bồ-tát (Bodhisattavas), chư Thiên[1], chư thần A-tu-la[2], các thiện Nam, Tín Nữ.

Vào lúc đó, Đức Phật nhập thiền định, quán chiếu vô số khía cạnh khác nhau của hiện tượng. "Thiền định quán chiếu" là tầng thiền phát ra ánh sáng, còn gọi là ánh sáng chiếu rọi thâm sâu (profound illumination) vào tất cả các hiện tượng, các sự vật, còn gọi là Phật Quang. Cùng thời điểm này, Đức Bồ-tát Quán-tự-tại (Bodhisattva Avalokiteshvara) cũng soi xét phép tu thực hành thâm sâu về "trí tuệ siêu việt" (Prajna-paramita, the profound perfection of wisdom), và thấu hiểu rằng tự tánh của ngũ uẩn đều là hư vô (Không/ Tánh Không).

Rồi thì Đức Phật Mâu-ni xuyên qua thần lực của Ngài, Ngài khiến thầy Tỳ Kheo Shariputra hỏi Đức Bồ-tát Avalokiteshvara rằng:" Làm cách nào để các thiện Nam, tín Nữ của dòng dõi Đại thừa biết cách thực hành phép tu "trí tuệ bát-nhã"?

Đức Phật Mâu-ni cũng xuyên qua thần lực của Ngài, Ngài truyền cho Đức Bồ-tát Quán-tự-tại trả lời Tỳ Kheo Xá-lợi-phất (Venerable Shariputra) và thuyết giảng bài Tâm Kinh:

"Này thầy Tỳ Kheo Xá-lợi-tử! dù là thiện Nam hay dù là tín Nữ của dòng dõi Đại thừa, nếu muốn thực hành thâm sâu phép tu "trí tuệ siêu việt" thì phải hết lòng quán chiếu một cách sâu sắc và đúng đắn rằng tự tánh của ngũ uẩn đều là Hư vô (Không/Tánh Không[3]*.*

A.- Chú thích:

(1) *chư Thiên*: *chư* có nghĩa là các, là những; *Thiên* có nghĩa là trời. Vậy chư Thiên có nghĩa là các (vị) Trời, các Kinh thường ghi lại rằng khi Đức Phật thuyết pháp thì có chư Thiên đến nghe. Theo Phật giáo Phát triển, chư Thiên đến từ cõi Trời, trong *Sáu cõi Luân hồi* thì cõi Thiên là cõi có nhiều phước báu, và là cõi cao nhất trong sáu cõi Luân hồi:

1. Cõi trời
2. Cõi A-tu-la
3. Cõi người
4. Cõi súc sinh
5. Cõi ngạ quỷ (quỷ đói)
6. Cõi địa ngục

(2) *thần A-tu-la* (Srt. Asura) là những vị thần ở trong tam giới: sắc giới, dục giới và vô sắc giới; nhưng cõi thần A-tu-la có phước hơn cõi người. Thần Asura đã có trong tín ngưỡng Ấn độ trước khi có Phật giáo; tuy nhiên thần Asura thường được nhắc nhở nhiều trong các Kinh điển của Phật giáo.

(3) đoạn này có chỗ trùng hợp với đoạn I của Tâm Kinh Hán ngữ bản ngắn của Ngài Huyền Trang.

B.- Giảng giải:

1. *Đề tài của bài Kinh: Prajna Paramita.* (Phiên âm Hv. Bát-nhã Ba-la-mật-đa)

2. *Thời điểm thuyết giảng bài Tâm Kinh:*

Vào một thời (At one time) ý chỉ vào một khoảng thời gian hoàn hảo và đúng lúc (right time).

Ngày xưa, người Ấn độ ít chú trọng đến lịch sử biên niên, ngay cả việc ghi lại các sự kiện lịch sử theo thời gian cũng không được giữ gìn, họ đã để thất lạc. Người Ấn độ ngày xưa chỉ chú trọng đến nội dung các tư tưởng tôn giáo, các học thuyết mà thôi. Bởi thế nên, các nhà nghiên cứu lịch sử triết học Ấn độ đã gặp khó khăn trong việc xác định niên biểu của các triết gia, các tư tưởng tôn giáo ở trong thời thượng cổ và trung cổ để xác định ảnh hưởng cũng như sự tiến hoá của tư tưởng Ấn độ một cách chính xác.

Cố Hoà Thượng Thích Thanh Kiểm đã viết trong lời tựa của quyển **"Lược sử Phật giáo Ấn độ"** như sau: *"Trong khi biên soạn cuốn sử này, chúng tôi đã vấp phải sự khó khăn nhất, đó là* *vấn đề "niên đại". Vì các bộ sách dùng để tham khảo, về niên đại xảy ra ở các thời đại, thì mỗi sách nói mỗi khác, chỉ nói phỏng chừng, như "vào khoảng năm ấy, thế kỷ ấy", vậy nên khó thể mà quyết định được đích xác. Đó thực là một khuyết điểm lớn trong việc chép sử, rất mong độc giả lưu ý."*

(Thích Thanh Kiểm, *Lược sử Phật giáo Ấn độ*, Saigon, 1963, tr. 12).

3. Địa điểm:

Tâm Kinh được thuyết giảng trên đỉnh đồi của núi Vulture, thuộc thành phố Rajgriha (Hv. thành Vương Xá, thuộc nước Magadha). Rajgriha (hiện nay là làng Rajgir, nằm trong Quận Patna, thuộc tiểu bang Bihar, Ấn độ) đã là một thành phố rất lớn vào ngày xưa, hiện nay chỉ là một làng nhỏ nhưng còn nhiều di tích lịch sử và tôn giáo. Đây là nơi thánh địa để tưởng nhớ hai vị sáng lập ra Phật giáo và Kỳ-na giáo (Jainism).

Trên đỉnh núi Vulture có một trong các thiền thất là nơi an cư của Đức Phật và các Tăng Ni, cũng là nơi tu học cho tăng chúng. Đỉnh núi Vulture, hay núi Griddhakuta (Hv. Linh Thứu), đã là nơi mà Đức Phật thuyết Pháp lần thứ hai.

4. Ai là bậc thầy đã thuyết giảng Tâm Kinh?

Đức Phật đã thuyết nhiều bài Pháp trên đỉnh đồi Vulture. Các đệ tử thân cận của Ngài không những gồm các Tăng Ni mà còn có nhiều vị Bồ-tát và A-la-hán nữa. Thường thường thì Đức Phật thuyết giảng trực tiếp bài Kinh, nhưng ở đây Tâm Kinh lại do Đức Phật dùng thần lực của Ngài để khiến Tỳ Kheo Shariputra dùng câu hỏi đặt vấn đề để Bồ-tát Quán-tự-tại trả lời và thuyết giảng Tâm Kinh.

Sự giải thích của các Đạo sư Ấn-độ và Tây Tạng có vẻ không bình thường về hoàn cảnh thuyết giảng Tâm Kinh so với quan niệm ngày nay. Nhưng theo các Đạo sư thì đây là một sự thật. Khi ở trên đỉnh đồi Vulture vào một thời điểm hoàn hảo và đúng lúc nhất, Đức Phật đã nhập thiền định vào một tầng thiền ở cấp bực mà Ngài có thể quán chiếu được vô số khía cạnh của tất cả các hiện tượng, tất cả các sự vật. Như đã nói trên, khi ở tầng cấp thiền định này thân thể của Ngài phát ra nhiều hào quang vô cùng rực rỡ, và chiếu rọi khắp toàn thể vũ trụ, ánh sáng này gọi là *Phật Quang*. Phật Quang làm trong sạch các khoảng không gian chung quanh, và tịnh hoá tâm thần của chúng sanh để hướng dẫn chúng sanh giác ngộ, giải thoát đạt được cứu cánh Niết-bàn. *"Ánh sáng thâm sâu"* (profound illumination) này có công năng chế ngự tâm trí người khác, ở trong trường hợp Tâm Kinh, Đức Phật đã hướng dẫn tâm trí của Tỳ Kheo Shariputra và Bồ-tát Avalokiteshvara. Đức Phật gây hứng khởi để Tỳ kheo đặt câu hỏi cho vị Bồ-tát, và Ngài cũng truyền tâm lực cho Bồ-tát để vị này thuyết giảng Tâm Kinh. Như vậy, cả hai đệ tử - Tỳ Kheo và Bồ-tát - đều qua sự điều khiển bởi thần lực (power) và bởi sự gợi ý (inspiration) của Đức Phật. Chúng ta có thể kết luận rằng toàn bộ Tâm Kinh do chính Đức Phật thuyết giảng. Tuy Tâm Kinh không giảng từ cửa miệng của Đức Phật (the mouth of Buddha), nhưng do thần lực của Ngài để truyền lời giảng qua Bồ-tát Quán-tự tại.

5. Thính chúng:

Đại chúng nghe giảng Tâm Kinh gồm có chư Bồ-tát, chư Thiên, chư Thần, chư Tăng Ni, các thiện Nam, tín Nữ

6. Các nhân vật chính trong Tâm Kinh:

6-1.- **Đức Phật Mâu-ni** là bậc Giác ngộ, Ngài là vị Phật lịch sử đã phát khởi và đặt nền móng cho Phật giáo.

(Xem thêm: Cuộc đời của Đức Phật. của NVT. Nguồn: như đã dẫn)

6-2.- **Venerable Shariputra** (Tỳ Kheo Xá-lợi-tử) là vị tăng sĩ rất giỏi, rất thông minh đã thấu hiểu *"tánh không"* của tất cả các hiện tượng, và rất thân cận với Đức Phật, Ngài là một trong hai đệ tử chính của Đức Phật. Thường thấy Ngài xuất hiện trong các kinh Tiểu thừa của Phật giáo Nguyên thuỷ và Theravada.

6-3.- **Bồ-tát Avalokiteshvara** (Bồ-tát Quán-tự-tại): Phật giáo nguyên thuỷ (Original Buddhism) và Phật giáo Thượng Tọa Bộ (Theravada Buddhism) quan niệm lý tưởng của việc tu hành là để trở thành A-la-hán (Srt. Arhat, Pa. Arahant). Arahant là phẩm hạnh của một người được xứng đáng (one who is worthy) hay là một người hoàn thiện (a perfected person) đã giác ngộ và đạt được cứu cánh niết-bàn. Vị A-la-hán đi tìm sự giải thoát cho chính cá nhân mình khỏi vòng sinh tử luân hồi.

Phật giáo Đại thừa (Mahayana Buddhism)/Phật giáo Phát triển (Developmental Buddhism) quan niệm lý tưởng của việc tu hành là để trở thành Bồ-tát (Bodhisattva), phiên âm Hán Việt đầy đủ là Bồ-đề tát-đỏa:

- Bodhi (Bồ-đề) có nghĩa là giác ngộ, đã thấu hiểu ý nghĩa nhân sanh, do đó bậc giác ngộ đã nỗ lực hết mình hướng đến chúng sanh để cứu độ.

- Sattva (tát-đỏa) có nghĩa là loài hữu tình. Con người và động vật đều có dục tính (libido) tiềm tàng, ham muốn dục tình ẩn ức rất xung động nên gọi chung là hữu tình.

- Bodhisattva là loài hữu tình có trí tuệ siêu việt, có tâm vị tha, người đã giác ngộ. Trung Hoa còn dịch Bodhisattva là *giác hữu tình* tức là loài có tình thức giác ngộ, giác hữu tình không phải là động vật bình thường. *"Bồ-tát"* là hạng hữu tình có *"trí tuệ siêu việt"*, có tâm hạnh vị tha, tâm đại từ đại bi, đang tiến lên cứu cánh giác ngộ để thành Phật.

Bồ-tát còn có nghĩa là tự giác, giác tha. Bồ-tát là vị đã tự giác ngộ, giải thoát khỏi trầm luân sanh tử nhưng có hạnh nguyện trở lại cõi ta-bà để độ thoát chúng sanh và giúp chúng sanh cũng được giác ngộ như mình.

Bồ-tát Quán-tự-tại (Srt. Bodhisattva AvalokitesHvara) là vị Bồ-tát, hiện thân là phái Nam, có hạnh nguyện từ bi luôn luôn lắng nghe để cứu khổ và ban vui cho chúng sanh. Biểu tượng của Ngài là tràng hạt và hoa sen. Câu thần chú để kêu gọi sự cứu giúp của Ngài :

Om, mani padme, hum.
   Phiên âm: *Án, ma-ni bác-di, hồng*
   dịch: *Nguyện được cát tường.*

Bồ-tát Quán thế âm (Srt. Bodhisattva Avalokitasvara), hiện thân là phái nữ, theo truyền thống Trung Hoa và Việt Nam, là vị Bồ-tát có công hạnh quan sát và lắng nghe tiếng kêu cứu thống khổ của chúng sanh ở dưới trần gian để cứu độ. Các Phật tử thường có lời tụng hằng ngày hoặc trong lúc khổ đau:
   Nam-mô Đại từ Đại bi cứu khổ cứu nạn Quán thế âm Bồ-tát.

Thường thấy ở chùa chiền, có hình ảnh Bồ-tát Quán-thế-âm dưới dạng nữ nhân đứng trên tòa sen, tay cầm bình tịnh thủy chứa nước cam-lồ.

Trong Tâm Kinh có sự xuất hiện của Bồ-tát Quán-tự-tại, điều này chứng tỏ rằng đây là quyển kinh của Phật giáo Đại thừa/Phật giáo Phát triển. Sự thờ phượng Đức Bồ-tát với lòng đại từ, đại bi cùng với sự xuất hiện của Ngài trong các kinh văn như: chương thứ 24 của Lotus Sutra (Hoa nghiêm Kinh), và các Kinh của Tịnh độ tông (Pureland Sutras) chứng tỏ Bồ-tát được tôn kính trong lòng Tăng chúng và quần chúng Phật tử.

6-4.- **Prajna Paramita** có nghĩa là Đức mẹ (the Blessed Mother). Có quan niệm cho rằng Prajna Paramita là Mẹ của chư Phật (the Mother of the Buddhas) đã xuất hiện một cách lặng lẽ trong Tâm Kinh.

7. *Tự tánh của ngũ uẩn là Không.*

Câu này có trùng ý với đoạn I của Tâm Kinh bản ngắn. Câu này có ý nói: Đức Bồ-tát Quán-tự-tại muốn Tỳ kheo Xá-lợi-tử phải thấu hiểu rằng: Ngũ uẩn không có tự tánh chứ chẳng phải ngũ uẩn không hiện hữu. Nói khác, chúng ta cần phải **nhấn mạnh** ở đây rằng ngũ uẩn không có tự tánh, không có nghĩa rằng ngũ uẩn không có mặt (the five aggregates as empty of inherent existence **is not** the same as asserting that they are non-existent).

Cuối cùng là **câu hỏi của Tỳ Kheo Shariputra** là câu để dẫn lời giảng dạy của Bồ-tát Avalokiteshvara, câu này có thể được quảng diễn như sau:

"**Làm thế nào để bất cứ một người nào đó cũng có thể tu học lòng đại bi (great compassion train) bằng cách thực hành quán chiếu** *"trí tuệ siêu việt"*.

*
*   *

II.- Phần chính của Tâm Kinh - Theo bản Hán ngữ của Ngài Huyền Trang.

1. *Tự tánh của ngũ uẩn là Không: Đoạn I*

Nguyên văn chữ Hán và Phiên âm Hán Việt:

I. 觀自在菩薩。行深般若波羅蜜多時。照見五蘊皆空。度一切苦厄。

Quán Tự Tại Bồ Tát hành thâm Bát nhã Ba la mật đa thời, chiếu kiến ngũ uẩn giai Không, độ nhất thiết khổ ách.

Việt dịch:

I. Đức Bồ-tát Quán-Tự-Tại (*Avalokitesvara Bodhisattva*) sau khi thực hành thâm sâu phép tu *"Trí Tuệ Siêu Việt"*, Ngài soi thấy năm uẩn đều là Không, nên vượt qua được mọi khổ nạn.

A. Chú thích:

- *Hành thâm*: sự tu hành, thực hành miên mật, thâm sâu pháp tu *"Trí tuệ siêu việt"*, luôn luôn hằng tỉnh, hằng giác để thấy các pháp đúng như thật - Bát-nhã: xem chú thích ở *Chương I: Dẫn nhập.*
- *Ba-la-mật-đa*: xem chú thích ở *Chương I: Dẫn nhập.*
- *Chiếu*: soi.
- *Kiến*: thấy.
- *Chiếu kiến*: soi thấy cho thấu tận gốc rễ để thấy thực tướng của các pháp.
- *Ngũ uẩn*: là 5 nhóm kết hợp thành con người: *Sắc uẩn* là phần vật chất có hình dáng; còn *4 uẩn kia: Thọ uẩn, Tưởng uẩn, Hành uẩn, Thức uẩn* là phần tâm lý.
- *Giai*: đều là, cũng, toàn là.
- *Không*: Không ở đây **chẳng có** nghĩa là *không có*, không hiện hữu/không tồn tại mà *phải hiểu rằng không có tự tánh*.
- *Độ*: vượt qua.
- *Nhất thiết*: tất cả.
- *Khổ ách*: khổ sở, thống khổ.

B. Giảng giải:

Đoạn I này là tinh hoa, là cốt tủy của Tâm Kinh, trọng tâm là "***Ngũ uẩn là Không vì không có tự tánh***", xin nhấn mạnh lại rằng Ngũ uẩn vẫn hiện hữu.

Ngũ uẩn là gì?

a. Định nghĩa: Ngũ Uẩn

Đức Phật đã nhiều lần giảng về Ngũ Uẩn, từ Kinh chuyển pháp luân đến các bài thuyết pháp sau này.

Ngũ Uẩn (五蘊, Sa. *Pañca-skandha*, Pi. *Pañca-khandha*, Av. Five Aggregates/ Five psycho-physical condition groups), cũng gọi là **Ngũ ấm** (五陰). Trong tiếng Sanskrit thì panca = số 5, skandha = nhóm; người Trung Hoa dịch chữ skandha là uẩn, có nghĩa là tích tụ, nơi các điều, các sự kiện được chứa đựng.

Ngũ Uẩn là 5 nhóm kết hợp lại để tạo thành con người:

- *phần vật chất* có hình dáng gọi là: 1. Sắc Uẩn;
- *phần tâm lý* không có hình dáng, gồm có 4 uẩn là : 2. Thọ uẩn, 3. Tưởng uẩn, 4. Hành uẩn, 5. Thức uẩn.

b. Nội dung của thuyết Ngũ Uẩn.

Ngũ Uẩn gồm có 5 nhóm:

1. **Sắc uẩn (色**; Sa., Pa. *rūpa*, Av. *aggregate of form*) là nhóm yếu tố tạo nên phần vật chất và sinh lý của con người: - *về vật chất* thì gồm có tứ đại chủng/ 4 nguyên tố lớn (Sa., Pa..*mahābhūta*, Av. *four great elements*): đất, nước, gió, lửa. Do sự kết hợp của 4 nguyên tố này nên con người được tạo thành, đó là *phần sinh lý* gồm có *5 giác quan* (5 physical organs), người Trung Hoa gọi là ngũ căn: mắt, tai, mũi, lưỡi, thân (nhãn, nhĩ, tỷ, thiệt, thân; eye, ear, nose, tongue, body), và các *đối tượng vật chất tương ứng của ngũ giác quan*, người Trung Hoa gọi là trần (physical objets), có 5 trần: sắc, thanh, hương, vị, xúc (vật nhìn thấy được, âm thanh, hương thơm, mùi vị và cảm giác; sight, sound, smell/odor, taste, and tangible objects). Như vậy, trần gồm có:

    a. *Sắc trần* (sight) là hình dáng, màu sắc mà mắt thấy được.
    b. *Thanh trần* (sound) là tiếng mà tai nghe được.
    c. *Hương trần* (smell/ odor) là hương vị do mũi ngửi.
    d. *Vị trần* (taste) là mùi vị do lưỡi nếm.
    e. *Xúc trần* (tangible things) là cảm giác do thân xác biết được như cứng, mềm, nóng, lạnh.

2. **Thọ uẩn (受**, Sa., Pa. *vedanā*, Av. *aggregate of feeling/sensation*) là cảm thọ, là nhóm cảm thọ sinh ra do sự tiếp xúc giữa 5 giác quan và 5 đối tượng tương ứng. Cảm thọ có 3 loại: hoặc là dễ chịu, hoặc là khó chịu, hoặc là trung tính. Cảm thọ thì khác nhau từ người này đến người khác: chúng ta thường không có cảm thọ giống nhau về cùng một đối tượng. Ngay cả cảm thọ của chính một người cũng có thể thay đổi theo thời gian và không gian.

3. **Tưởng uẩn** (想, Sa. *saṃjñā*, Pa. *saññā*, Av. *aggregate of perception*) là tri giác phân biệt, là tưởng tượng chủ quan theo ý thức của mỗi người, đôi khi tưởng uẩn là nguyên nhân

của những vọng tưởng sai lầm. Thí dụ: ban đêm thấy sợi dây thừng tưởng là con rắn. Tưởng uẩn là nhóm nhận thức được cả hai đối tượng vật chất và tinh thần. Khi tiếp xúc với đối tượng, tưởng uẩn nhận thức được đặc tính của đối tượng, giúp ta ghi nhớ đối tượng.

4.- Hành uẩn (行, Sa. *saṃskāra*, Pa. *saṅkhāra*, Av. *aggregate of mental information*) là một trạng thái tâm lý, cũng gọi là tâm hành. Tâm hành là hậu quả của tưởng, tâm hành nương theo vọng tưởng mà khởi sanh ra vui, buồn, giận, ghét, thương yêu, lo âu, sợ hãi . . . Tâm hành biến chuyển thay đổi vô thường, cho nên nói tâm hành sanh diệt.

4. **Thức uẩn** (識, Sa. *vijñāna*, Pa. *viññāṇa*, Av. *aggregate of consciousness*):là những nhận thức, phân biệt.

Thức Uẩn biểu hiện qua 6 loại như sau:
a. Nhãn thức (eye consciousness) là cái biết của mắt.
b. Nhĩ thức (ear consciousness) là cái biết của lỗ tai.
c. Tỷ thức (nose consciousness) là cái biết của mũi.
d. Thiệt thức (tongue consciousness) là cái biết của lưỡi.
e. Thân thức (body consciousness) là cái biết của thân thể.
f. Ý thức (mind consciousness) là cái biết của Ý/ tâm (mind consciousness)
về tư tưởng và ý tưởng.

Trong cuộc sống hằng ngày, chúng ta có thể phân tích các trải nghiệm cá nhân của chúng ta qua bình diện của ngũ uẩn mà Đức Phật đã dạy.

Ngũ uẩn thì thay đổi liên tục, do đó ngũ uẩn không có tự tánh tức là không có bản ngã/ vô ngã. Cho nên Tâm Kinh nói "**Ngũ uẩn giai Không**".

Ngũ uẩn thay đổi từng sát-na, sanh diệt vô thường, do đó ngũ uẩn không có tự tánh, nhưng ngũ uẩn vẫn hiện hữu. Thí dụ: thử rờ vào thân xác, chúng ta cảm thấy sự hiện hữu của thân xác, nhưng thân xác thì biến đổi vô thường nên thân xác không có tự tánh. Tâm niệm của chúng ta cũng chuyển biến theo từng sát-na, sanh diệt, vô thường. Thật vậy:

1. *Những yếu tố tạo nên sắc uẩn thì vô thường, luôn luôn biến đổi không ngừng. Thể xác chúng ta thì biến đổi: già, yếu, bịnh, tử.*
2. *Những cảm giác của ta do thọ uẩn tạo ra thì cũng thay đổi không ngừng. Hôm nay chúng ta hài lòng với một hoàn cảnh đặc biệt này, nhưng ngày mai chúng ta có thể không còn hài lòng nữa.*
3. *Những nhận thức về một đối tượng trong một hoàn cảnh do tưởng uẩn đem đến thì cũng thay đổi, vì hoàn cảnh luôn luôn đổi thay.*
4. *Tương tự như trên, hành uẩn cũng thay đổi: tâm hành của chúng ta thì luôn thay đổi đối với một đối tượng cũng luôn thay đổi.*
5. *Cũng vậy, thức uẩn cũng thay đổi liên tục: Ý thức về một đối tượng cũng thay đổi theo thời gian và không gian.*

Nói tóm lại, ngũ uẩn thì thay đổi liên tục, thì vô thường, do đó ngũ uẩn không có tự tánh tức là không có bản ngã, cho nên thường nói "ngũ uẩn giai không".

Sự phân tích ở trên giúp ta đạt đến một tuệ giác: ý thức này không có bản ngã, không có gì giữ nguyên một trạng thái mãi mãi. Nhờ vậy chúng ta có thể tìm cách vượt qua được những quấy động của tình cảm về hy vọng và sợ hãi. Chúng ta hy vọng được hạnh phúc, và lo sợ sự đau khổ. Chúng ta hy vọng thành công, và chúng ta lo sợ thất bại. Chúng ta hy vọng được khá giả, và chúng ta lo sợ bị đói khổ. Chúng ta sống giữa nỗi hy vọng và nỗi lo sợ. Nếu chúng ta hiểu rằng hạnh phúc và khổ sở của cá nhân thì biến đổi không ngừng thì chúng ta có thể tìm cách vượt bỏ được ý tưởng về cái ngã - về cái sự trường tồn - tức là chúng ta sẽ vượt qua được lòng hy vọng và nỗi lo sợ. Như vậy chúng ta không còn phải ngụp lặn trong sự hy vọng và nỗi lo sợ, chúng ta có thể tìm cách đạt được sự thanh thản, bình an, đạt được an nhiên tự tại trước những thay đổi của cuộc đời.

(trích từ bài Ngũ uẩn của NVT, nguồn: như đã dẫn ở tài liệu tham khảo 2)

Sắc uẩn thường hiểu là thân xác, nghĩa rộng hơn gọi là *sắc pháp* bao gồm nhà cửa, núi sông, của cải, địa vị, tiền bạc… thuộc thành phần vật chất. Các hiện tượng này luôn luôn biến đổi, vô thường, nên *vô ngã* (non-self). Vì vô ngã nên các hiện tượng này *không có tự tánh*, nên gọi là *vô pháp* (non-phenomenon).

Nói tổng quát, con người và mọi sự, mọi hiện tượng đều do nhân duyên sanh, có sanh thì có diệt, có biến chuyển vô thường, không có thực thể riêng cố định của nó, nên không có tự tánh. Triết học Bát-nhã gọi vô ngã nơi con người là *"nhân vô ngã"* hay *"nhân không"*. Còn vô ngã nơi các sự vật, các hiện tượng là *"pháp vô ngã"* hay *"pháp không"*. Hiện tượng ý nghĩa ở đây bao gồm các hiện tượng vật chất là thế giới mà ta thấy bên ngoài và hiện tượng tinh thần như ý tưởng, quan điểm, lý thuyết . . . tất cả các hiện tượng đều là *Không*.

Như đã nói, sắc uẩn biến đổi vô thường do sự kết hợp của tứ đại: đất, nước, gió, lửa; nên không có tự ngã, do đó tự tánh không có. Tương tự, *thọ uẩn, tưởng uẩn, hành uẩn, thức uẩn* đều do nhân duyên sanh, mà có sanh thì có diệt, cho nên gọi là vô thường và vô ngã tức là không có tự tánh. Ngũ uẩn là sự kết hợp của năm uẩn trên nên chúng ta kết luận rằng *"Ngũ uẩn đều Không"*

- Độ nhất thiết khổ ách:
Vượt qua được tất cả khổ ách

Trong cuộc đời, chúng sanh nào cũng từng trải nghiệm qua những lúc hạnh phúc, và những lúc khổ đau, những lúc thống khổ. Khổ ách đến chúng sanh qua ba hình thức:

a. Thống khổ *từ chính thân tâm* của chúng sanh gặp phải như sanh, lão, bệnh và tử, mong cầu không được, ghét mà phải sống gần kề, thương mà bị cách xa, tứ đại không đều hoà. Thí dụ như có những thứ bệnh ngặt nghèo đã làm bệnh nhân đau đớn và âu lo rất nhiều.
b. Thống khổ *do thiên tai* đem lại như bảo lụt, bão tuyết, động đất, hạn hán v.. v..

c. Thống khổ *do hoàn cảnh xã hội* đem đến như kinh tế khủng hoảng, sống dưới chế độ độc tài áp bức, chiến tranh gây ra cảnh hoang tàn đổ nát, con xa cha, vợ xa chồng. Sau chiến tranh Việt Nam, bên thắng cuộc chiếm chánh quyền, chiếm tài sản của bên thua cuộc, và còn cướp tài sản của dân chúng bên thua cuộc. Kẻ thắng cuộc say mê chiến thắng, lưu đày, gây đổ nát trong gia đình của bên thua cuộc v… v…

Hành giả quán chiếu vào định luật: *"thành, trụ, hoại, không"* thuộc ngoại cảnh bên ngoài; còn nội tâm bên trong thì: *"sanh, trụ, dị, diệt"* thì thấy rằng việc đày ải, gây khổ sở rồi sẽ đến chỗ chấm dứt. Hành giả thấy rằng *"thịnh suy, suy thịnh như hạt sương rơi đầu cành"*:

示弟子
身如電影有還無，
萬木春榮秋又枯。
任運盛衰無怖畏，
盛衰如露草頭鋪。

Thị đệ tử
Thân như điện ảnh hữu hoàn vô,
Vạn mộc xuân vinh, thu hựu khô.
Nhậm vận thịnh suy vô bố uý,
Thịnh suy như lộ thảo đầu phô.
(Vạn Hạnh, ? – 1018)

dịch thơ:

Bảo đệ tử
Thân như bóng chớp chiều tà,
Cỏ xuân tươi tốt, thu qua rụng rời.
Sá chi suy thịnh việc đời,
Thịnh suy như hạt sương rơi đầu cành
(Thích Mật Thể dịch)

dịch nghĩa:

Dặn học trò
Thân người như sấm chớp thoáng hiện rồi lại biến mất,
Mùa xuân sang cây cỏ tốt tươi, rồi héo tàn khi mùa thu tới.
Không cần âu lo trước sự thịnh suy của cuộc đời,
Thịnh suy như giọt sương đọng trên ngọn cỏ.

Nói tóm, hành giả nhận rõ thật tướng ảo hoá của các hiện tượng chuyển biến, sanh diệt vô thường, nên hành giả nhận thức rằng, các nỗi thống khổ cũng có tướng sanh diệt vô thường.

Quán kỹ như thế thì không lầm chấp vào những hiện tượng bên ngoài và cũng không lầm chấp vào tâm niệm bên trong.

2.- Nguyên lý bất nhị giữa ngũ uẩn và Không: Đoạn II

Nguyên văn chữ Hán và Phiên âm Hán Việt:

II.- 舍 利 子。色 不 異 空。 空 不 異 色。色 即 是 空 。 空 即 是 色。受 想 行 識 亦 復 如 是.

II.- Xá Lợi Tử, sắc bất dị Không, Không bất dị sắc, sắc tức thị Không, Không tức thị sắc, thọ, tưởng, hành, thức, diệc phục như thị.

Việt dịch:

II.   Này thầy Tỳ Kheo Shariputra (Xá-lợi-tử)! sắc uẩn (*thân xác, hình thể*) chẳng khác gì Không (*của sắc*), Không (*của sắc*) cũng chẳng khác gì sắc uẩn. Sắc uẩn chính là Không (*của sắc*), Không (*của sắc*) chính là sắc uẩn. Bốn uẩn còn lại là Thọ, Tưởng, Hành và Thức cũng đều như thế (*cũng là Không của Thọ, Tưởng, Hành và Thức*).

A.- Chú thích:

- Sắc (Srt, Pa. rupa, Av. form) là nhóm đầu tiên trong 5 nhóm kết hợp lại tạo thành con người, đây là phần vật chất có hình dáng, là thân xác con người gồm có tai, mắt, mũi, lưỡi…; còn có nghĩa rộng là màu sắc, hình thể. 4 phần còn lại là phần tâm lý là thọ, tưởng, hành và thức.

   (Xem thêm : Ngũ uẩn của NVT. - nguồn: như đã dẫn)

B.- Giảng giải:

2.1. Nhắc lại ý niệm về *"tánh không"*

Không (Srt. Sunyata, Hv. Không, Av. Emptiness/voidness) còn dịch là Hư Không, ngày nay thường gọi là Tánh Không. Chúng tôi đã giải thích thuật ngữ Tánh Không ở chương Một - Dẫn Nhập, nay xin nhắc lại như sau:

Theo Phật giáo Đại thừa (Mahayana Buddhism)/Phật giáo Phát triển (Developmental Buddhism) thì **Sunyata** có nghĩa là sự vắng mặt của tự tánh/tự thể (Srt. Svabhava, Av. inherent existence). Các học giả Đại thừa đã áp dụng quan niệm này để nhìn tất cả các hiện tượng, và họ cho rằng *tất cả các hiện tượng đều không có tự tánh* ("All things are empty of inherent existence").
hay

"All dharmas are sunya, they are without inherent existence".

hay

"All phenomena are empty, they are without inherent existence".

Chữ Không ở đây không nên hiểu rằng mọi hiện tượng đều không có mặt mà **chỉ nên hiểu rằng** mọi hiện tượng thì không có tự tánh.

"Emptiness does not mean simply non-existence, Emptiness implies the emptiness of inherent existence"

(*Không* không có nghĩa giản dị là không hiện hữu; *Không* có nghĩa là sự thiếu vắng tự tánh).

Không là bản tánh tuyệt đối (the ultimate nature) của tất cả các hiện tượng.

Ý niệm về Không là một đề tài chẳng dễ hiểu thấu được, và khi đã hiểu thấu được tánh không thì sẽ dẫn đến sự chứng đắc, đạt được giải thoát hoàn toàn tất cả nỗi thống khổ, vượt qua được những nỗi sợ hãi của hành giả.

2.2. Tóm lược các học thuyết có liên hệ đến triết lý *"tánh Không"*:

Trong Tâm Kinh, nổi tiếng nhất là câu:

"Sắc tức thị Không, Không tức thị sắc." Sắc uẩn chính là Không, Không chính là Sắc uẩn.

Dưới lăng kính nhận thức nhị nguyên, các nhà Phật học Tây phương thường không dễ hiểu Tâm Kinh, và hay bị vướng mắc, rồi nhận thấy câu Kinh này có sự nghịch lý (paradox) khi họ đem đối chiếu với nguyên lý đồng nhất: A là A, A không thể là B; có vị còn nhận thấy câu kinh này có vấn đề, thí dụ như Gs Ts Donald S. Lopez Jr. trong quyển *"The Heart Sutra explained: Indian and Tibetan commentaries"* nơi các trang 74, 75 và 76 đã cho có nhiều vấn đề (problems) của câu *"Form is emptiness, emptiness is form"*, rồi ông kết luận:

[…] Thus, it would seem to be incorrect that form is emptiness and emptiness is form; that emptiness is not other than form and form is not other than emptiness […]" (trang 75)

Để có thể soi sáng việc tìm hiểu Tâm Kinh, chúng tôi xin trình bày các học thuyết có liên hệ đến triết lý *"tánh Không"* là thuyết nhị nguyên, thuyết bất nhị.

2.2.1. Thuyết nhị nguyên (Dualism):

Tiếng Latin chữ duo có nghĩa là *"nhị/ hai"*, đây là một học thuyết quan niệm rằng vũ trụ thì đặt dưới hai nguyên lý đối nghịch nhau, nếu một nguyên lý là tốt thì cái kia là xấu; một cái là tinh thần thì một cái là vật chất; một cái đúng thì một cái sai . . . Nói cách khác, thuyết nhị nguyên thừa nhận chân lý gồm có hai thực thể không thể kết hợp với nhau.

Từ quan điểm nhị nguyên, khoa luận lý học Tây phương đưa ra nhóm nguyên lý đồng nhất:

- *Nguyên lý đồng nhất*: Một sự vật, một đối tượng phải luôn luôn là chính nó.
A là A.
cái gì có là có.
cái gì không là không.

- *Nguyên lý không nhận mâu thuẫn*: Hai ý niệm mâu thuẫn nhau, trái ngược nhau, không thể nào cùng đúng, phải có một ý niệm đúng và một ý niệm sai.
A không thể là không A.
Cái gì có không thể không có.
A không thể vừa là A vừa là không A.

- *Nguyên lý khử tam*: Một phán đoán, một quan niệm hoặc là đúng hoặc là sai chứ không thể có một giá trị thứ ba. Một cái chỉ có thể hoặc là có hoặc là không có chứ không thể có trường hợp thứ ba.
A hoặc là đúng hoặc là sai chứ không có giá trị thứ ba.

Như vậy, qua lăng kính nhận thức nhị nguyên thì không dễ gì hiểu nổi hoặc không thể nào chấp nhận câu nói của Tâm kinh, có thể cho rằng có sự nghịch lý trong câu:
"Sắc tức là Không, Không tức là sắc. Sắc chẳng khác gì Không, Không chẳng khác gì sắc". Bởi vì theo nguyên lý nhị nguyên thì: *Sắc (A) không thể là Không (B)*.

2.2.2. Thuyết bất nhị (Non-dualism):

Bất nhị (Srt. Advaita, Av. non-duality) có nghĩa là *"không có hai"* (not two) hoặc là *"một không thể phân chia khỏi cái hai"* (one undivided without a second).

Đây là một học thuyết cho rằng hai ý niệm có tương liên với nhau thì không thể nào tách rời ra được, cả hai chỉ là một.
Nếu A tương liên với B, thì A không thể tách rời B; như vậy A và B là 1.
Nguyên lý bất nhị là một quy luật luận lý vượt qua ý niệm nhị nguyên, như đã trình bày ở trên:
" Nếu A tương liên với B thì A là B, B là A; A không khác B, B không khác A."

Thuyết bất nhị đồng quan niệm với *thuyết nhất nguyên* (Monism). Ngày nay, cụm từ *thuyết bất nhị* thường được dùng nhiều hơn cụm từ *thuyết nhất nguyên*. Các học thuyết này phủ nhận sự hiện hữu của sự phân biệt (distintion) hay hai phần (duality) trong hầu hết các lãnh vực. Thí dụ như sự phân chia tinh thần và vật chất, ý niệm tốt và ý niệm xấu, nóng lạnh, lớn nhỏ, cứng mềm, thịnh suy, giàu nghèo …

Để thấy rõ thêm về sự tương liên (inter-connection), tương khuynh (inter-dependence), tương sanh (dependent arising), tương hành (inter-action) . . . của quan niệm bất nhị, chúng tôi xin trích dẫn Chương 2 - Dưỡng Thân trong quyển *"Đạo Đức Kinh"* của Lão Tử (Ông sống ở thế kỷ 4 trước CN, vào thời Bách gia chư tử, và thời chiến quốc bên Tàu):

DƯỠNG THÂN
養身

Hán văn:

1. 天下皆知美之為美,斯惡已;皆知善之為善,斯不善已.故有無相生,難易相成,長短相形,高下相傾,音聲相和,前後相隨.

2. 是以聖人處無為之事,行不言之教.

3. 萬物作焉而不辭,生而不有,為而不恃,功成而弗居.

4. 夫唯弗居,是以不去.

Phiên âm:

1. Thiên hạ giai tri mỹ chi vi mỹ, tư ác dĩ; giai tri thiện chi vi thiện, tư bất thiện dĩ. Cố hữu vô tương sinh, nan dị tương thành, trường đoản tương hình, cao hạ tương khuynh, âm thanh tương hòa, tiền hậu tương tùy.
2. Thị dĩ thánh nhân xử vô vi chi sự, hành bất ngôn chi giáo.
3. Vạn vật tác yên nhi bất từ, sinh nhi bất hữu, vi nhi bất thị, công thành nhi phất cư.
4. Phù duy phất cư, thị dĩ bất khứ.

Dịch:

1. Thiên hạ đều biết cái đẹp là đẹp, từ đó phát sanh ra ý niệm về cái xấu, đều biết thiện là thiện, từ đó phát sanh ra ý niệm về điều ác. Bởi vì *"có"* và *"không"* cùng sanh lẫn nhau; *"dễ"* và *"khó"* cùng thành tựu lẫn nhau; *"ngắn"* và *"dài"* tạo thành lẫn nhau; *"cao"* và *"thấp"* cùng lộn lạo ra nhau; *"âm"* và *"thanh"* cùng hoà hợp lẫn nhau; *"trước"* và *"sau"* cùng theo nhau.
2. Cho nên thánh nhân đối xử với nhau theo thái độ "vô vi", thực hành "vô ngôn" mà dạy dỗ.

   [*Vô vi* = không làm mà như thể là làm vậy, cứ để dân sống tự nhiên đừng can thiệp vào. *Vô ngôn*= không nói gì tức là đừng đem quan niệm về tốt xấu mà uốn nắn dân]
3. Vạn vật sinh trưởng/hoạt động mà vẫn im lìm; sống động mà không (đòi quyền) chiếm hữu cho mình; làm mà không cậy công; công thành mà không lưu luyến.
4. Vì không lưu luyến nên sự nghiệp không bị mất.

Lão Tử cho biết tất cả các sự vật đều tương đối: không có cái gì tuyệt đối tốt hay tuyệt đối xấu cả, so với cái này thì tốt, so với cái khác thì xấu, lúc này tốt, lúc khác thì xấu. Sự *"thiện"* và "*ác*" cũng thay đổi theo thời gian và không gian: điều thiện ở xã hội này là điều ác ở xã hội khác, tương tự cao thấp, ngắn dài, vui buồn, khôn dại, có không,... đều **nương nhau** mà có, có thể nói trên nhận thức "*bất nhị*" tất cả đều là *một*. Thịnh suy, thành bại chỉ là những trạng thái tương tục thay phiên nhau, tất cả đều là một nhưng chỉ có thể nhận biết được do bậc đại trí mà thôi.

Theo lăng kính nhận thức bất nhị, Lão Tử cho thấy rõ sự **tương khuynh** của hai ý niệm đối nghịch nhau, thí dụ cao là vì có thấp và ngược lại, cao là cao với một cái gì, thấp là thấp đối với một cái gì, hai ý niệm này **bất tương ly** (inter-undivided), không thể tách rời ra được (inseparable).

Triết học Lão Tử và Khổng Tử đã đi đến chỗ tổng quát hoá với hai ý niệm về "*Âm*" và "*Dương*" cùng nương nhau mà hiện hữu mặc dầu đối lập nhau, thí dụ như đàn ông và đàn bà, chủ động và thụ động... Hai ý niệm, hai lực đối lập nhau, nhưng cùng nhau hiện hữu rất hài hoà. Cho nên trong học thuyết Lão Tử có một hình vẽ biểu hiện cho "**Thái cực**" là một vòng tròn, trong đó màu đen (Âm) và màu trắng (Dương) hoà quyện ôm nhau, trong Âm có đốt trắng (Dương) và trong Dương có đốt đen (Âm):

Trong Lão học, dấu hiệu này cho thấy sự tương liên (inter-connectedness) của hai đối lực như là hai thành tố khác nhau của Thái Cực, Thái Cực là nguyên lý đầu tiên. *Thái cực là Đạo*. Đạo của Lão Tử là nguyên lý chủ động bao trùm đằng sau mọi hiện tượng, là nguyên lý siêu hình sản sanh ra mọi hình thức của sự sống, và mọi hình thái biểu lộ của đời sống, cuối cùng rồi cũng quay về đó:

逝 曰 遠, 遠 曰 反.
Thệ viết Viễn, Viễn viết Phản.
Tràn khắp là đi ra, Đi ra là trở lại.
(Lão Tử, Đạo Đức Kinh: Chương 25 - Tượng Nguyên)

Sự tương phản của Âm Dương thì cần thiết để tạo nên một thực thể có thể phân biệt, nếu không có thực thể này thì chúng ta sẽ không có được cái gì cả. Vì vậy, nguyên lý độc lập giữa Âm và Dương thực ra là Âm tuỳ thuộc vào Dương, và Dương tuỳ thuộc vào Âm mặc dầu chúng hiện hữu một cách riêng biệt. Nhìn thực tế, chúng ta thấy sự tương liên giữa Nam và Nữ, giữa Đàn ông và Đàn Bà, giữa dòng điện Âm và dòng điện Dương, Âm Dương trong hệ thống điện toán v...v...Nói tóm, mọi vật đều có vật đối lập, và cặp đối lập thì **không phải là hai vật khác nhau** trong thực tế như là hai đầu của một cây gậy. (Every thing has an opposite, and a pair of opposites are not different things but actually two poles along a single baton).

2.2.3. *Thuyết đa nguyên* (Pluralism):

Thuyết này có liên hệ với hai thuyết trên, nên chúng tôi sẽ trình bày thuyết này.

Thuyết đa nguyên như là một học thuyết ở giữa thuyết nhị nguyên (chỉ có hai) và thuyết bất nhị/thuyết nhất nguyên (chỉ có một). Thuyết đa nguyên chấp nhận *có hơn hai giá trị* trong một chân lý. Chân lý trong thuyết đa nguyên có hơn hai yếu tố độc lập với nhau.

Về xã hội, thuyết đa nguyên chấp nhận nhiều nhóm chủng tộc, nhiều nhóm tôn giáo, nhiều nhóm văn hoá sống chung trong một xã hội. Thí dụ: chủ trương *đa văn hoá* (multiculturalism) ở xứ Canada.

Về chính trị, thuyết đa nguyên chủ trương có nhiều lực lượng đảng phái chính trị khác nhau trong cùng một quốc gia; đối ngược lại với thuyết độc đảng với quyền lãnh đạo chỉ có một đảng phái mà thôi.

Về kinh tế, thuyết đa nguyên chủ trương có nhiều thành phần thương mại cùng cạnh tranh, không có độc quyền.

Nói khác, đứng trên phương diện văn hoá, xã hội, chính trị thì:
- thuyết đa nguyên không những chỉ có tính đa dạng, mà tính đa dạng này còn giúp các thành tố hoạt động, hoà quyện với nhau.
- thuyết đa nguyên không những chỉ là sự cởi mở nhưng còn là những hành động tìm kiếm sự thông cảm giữa những khác biệt.
- thuyết đa nguyên không phải chỉ là chấp nhận các thực thể khác nhưng còn phải có sự giao thoa giữa những cam kết và liên hệ lẫn nhau.
- thuyết đa nguyên đặt nền tảng trên sự đối thoại (based on dialogue). Đối thoại ở đây có nghĩa là nói và nghe, cho và nhận, phê bình và tự phê bình trong một diễn biến có sự hiểu biết và những khác biệt thực sự

2.3. Hai chân lý:

Ngài Nagarjuna (Long Thọ) đã đưa ra quan niệm về hai chân lý: một là *tục đế / chân lý tương đối* (Srt. Samvriti satya, Av.conventional/relative reality/truth), hai là *chân đế/ chân lý tuyệt đối* (Srt. Paramartha satya, Av. ultimate/absolute reality).

a. *Chân lý tương đối*: là sự thật đối với tâm thức của chúng sanh bình thường, bởi vì tâm thức bình thường nhận thấy đặc tính của chân lý tương đối là một sự thật, đặc tính này không thay đổi. Do vậy, trong cuộc sống hằng ngày chúng ta luôn hài lòng với các biểu hiện của hiện tượng mà chúng ta không phải phân tích sâu xa hơn.

b. *Chân lý tuyệt đối*: là sự thật vượt khỏi khái niệm, ngôn từ ở trong lãnh vực chân lý tương đối. Trong lãnh vực tuyệt đối, thì các hiện tượng biến chuyển không ngừng tức là chúng không có tự tánh, chúng là Không.

Chúng ta có thể hiểu rằng tất cả các hiện tượng đều không có tự tánh nhưng các hiện tượng cũng thể hiện những đặc tính của nó. Trong bình diện này các hiện tượng bình thường và không có tự tánh của nó không có gì đối nghịch với nhau mà chúng còn nương tựa lẫn nhau. Thí dụ, nhận thức về sự không có tự tánh của thân xác chúng ta, giúp chúng ta hiểu rằng bản tánh bình thường của thân xác chúng ta chỉ là *"cái tên gọi"*, chỉ là sự biểu hiện mà thôi. Sự nhận thức thân xác chúng ta chỉ là một *cái tên gọi* giúp chúng ta nhận thức được rằng thân xác chúng ta thiếu tự tánh.

Như *"chức vụ Giám Đốc Ngân hàng"* chỉ là một cái tên gọi mà thôi. Tương tự như vậy tất cả các hiện tượng hiện hữu/tồn tại chỉ là một cái tên gọi. Khi hiểu rằng *"sắc"* chỉ là sự biểu hiện và chỉ là một cái tên sẽ giúp chúng ta hiểu rằng *"sắc"* là một biểu hiện của Không. Nói khác hiện tượng chỉ là sự biểu hiện của tâm trí, và chỉ là cái tên gọi mà thôi. Các nhà tư tưởng Phật giáo cho rằng qua sự phân tích thì họ có thể khám phá ra đối tượng thực sự. Thí dụ chỉ việc kết tập các bộ phận của cái bàn (mặt bàn, các chân bàn . . .) thì đó là cái bàn. Nhưng với người bình thường thì cái bàn bị phân tích như vậy không phải là cái bàn mà người bình thường hiểu, vì đây chỉ là sự diễn tả của sự phân tích triết học. Người bình thường không những chấp nhận sự hiện hữu của các đối tượng hiện ra trước mặt họ nhưng mà họ còn chấp nhận đối tượng với những đặc tính mà nó có khi xuất hiện trước mặt họ. Các nhà Phật giáo Phát triển cho rằng tất cả các vật thì vắng bóng tự tánh, và vì vậy mặc dầu sự hiện hữu/ tồn tại của các vật trong trạng thái bình thường được chấp nhận thì tâm thức phải vượt khỏi trạng thái bình thường nếu chúng ta muốn đạt giải thoát. Hơn nữa, nếu chúng ta muốn thành tựu cứu cánh giác ngộ thì tâm thức phải vượt qua khỏi những biểu hiện của mọi vật được coi là đặc tính của vật đó.

Theo Tâm Kinh chúng ta cần *"suy niệm về Tánh Không"* (meditation on emptiness): thực hành sự quán chiếu các sự vật, các hiện tượng như là sự biểu hiện của tánh không, và chúng ta có thể đem các điều suy niệm này vào *các sinh hoạt hằng ngày*. Mặc dầu chúng ta khó có thể *"suy niệm về tánh không"* trong lúc chúng ta đang ăn, đang làm việc, đang viết lách, đang nói chuyện với người khác . . ., nhưng chúng ta có thể nhận thấy rằng các sự vật, các hiện tượng chung quanh chúng ta như là những biểu hiện của *tánh Không*. Chúng ta có thể tiếp tục làm các việc thường ngày cùng một lúc với sự suy niệm về tánh không để phát triển trí tuệ của chúng ta. Nếu chúng ta nhận thấy mọi sự, mọi vật là những biểu hiện của tánh không thì tâm thức của chúng ta sẽ giải thoát khỏi vô minh, khỏi ảo ảnh và hành động của chúng ta sẽ rất tốt đẹp. Sự thực hành *"suy niệm về tánh không"* trong sinh hoạt hằng ngày của chúng ta sẽ càng ngày càng trở nên có ý nghĩa. Điều nên lưu ý rằng Tâm Kinh **chỉ** giảng dạy phép tu *"suy niệm về tánh Không"* mà thôi.

Tương tự quan niệm về *"hai chân lý"* của Ngài Long Thọ, trong lịch sử triết học Tây phương, Đại triết gia Immanuel Kant (Đức,1724 – 1804) cũng đã đưa ra quan niệm về hai loại thực tại:

a. *Thực tại hiện tượng* (Phenomenon) là những biểu hiện mà chúng ta nhận thức được qua kinh nghiệm, qua tri giác.

Thực tại bản thể (Noumena) hay là *Vật-tự-nó* (Đức văn: Ding an sich, Av. Thing–in–itself) là thực tại chỉ được nhận thức bằng lý trí thuần tuý, không thể nhận thức bằng tri giác (duy lý).

Thế giới các *sự-vật-tự-nó* là một thực tại ở bên ngoài chúng ta và tồn tại độc lập với chúng ta, nhưng chúng ta chỉ có thể biết nó nhờ cách nó xuất hiện cho chúng ta thấy. Mọi hiện tượng chúng ta biết đều là những đối tượng của cảm giác, bởi vì chúng ta không thể nào có kinh nghiệm về một nhận thức phi cảm giác. Vì vậy, *khái niệm về vật-tự-nó* cho biết giới hạn của nhận thức của chúng ta vì chúng ta không biết thêm điều gì nữa.

Tánh không (Sunyata) là sự "*bất nhị*" của chân lý tương đối và chân lý tuyệt đối. Ở tình trạng bình thường (conventionally), các pháp (Srt. dharmas, AV. things/ phenomena) thì hiện hữu; nhưng ở tình trạng tuyệt đối (ultimately), các pháp thì không có tự tánh, các pháp tuỳ thuộc lẫn nhau để sanh thành. Vì các pháp tuỳ thuộc lẫn nhau để sanh thành nên các pháp không có tự tánh, các pháp không là một thực thể độc lập.

2.-4. Sắc tức thị Không, Không tức thị sắc.

Dịch:

Sắc uẩn chính là Không (của sắc uẩn), Không (của sắc uẩn) chính là sắc uẩn.

Đây là câu trả lời vắn tắt của Bồ-tát Quán-tự-tại cho Tỳ Kheo Xá-lợi-tử (Shariputra) về việc làm thế nào để thực hành phép tu "*trí tuệ siêu việt*". Câu này cũng thuyết giảng về nguyên lý bất nhị giữa ngũ uẩn và tánh Không.

Sắc là yếu tố thứ nhất của 5 yếu tố tạo thành con người. Sắc là thân xác, là màu da.

Không, như là một bản tánh thật sự của các sự vật, của các hiện tượng. Câu giảng trên của Bồ-tát Quán-tự-tại không có ý chỉ về một "**Brahman**", một *Đại Tánh Không* (Great Emptiness), là *Đại Ngã/ Đấng tối cao/ Đấng sáng tạo*; nhưng lại có ý chỉ là cái *Không* của một hiện tượng đặc biệt nào, trong trường hợp của Tâm Kinh, nơi câu này, là *thân xác (sắc).*

Cái *Không* của *Sắc* không gì khác hơn là bản tính tuyệt đối của *Sắc,* như vậy *rời khỏi Sắc thì không có Không*. Sắc thiếu vắng tự tánh vì vậy bản tính của *Sắc* là *Không*. *Không* là một bản tánh không tách biệt hay độc lập khỏi sắc, nói khác *Không* không khác gì một *tánh chất của Sắc* (a characteristic of Form). Không là sự hiện hữu của Sắc. Như vậy, theo nguyên lý bất nhị, chúng ta phải hiểu rằng *Sắc và Không của Sắc* là một thực thể thống nhất. Nói khác, Sắc và Không không phải là hai thực thể độc lập với nhau, chúng dựa vào nhau.

Sắc tức thị Không "*Sắc chính là Không*" chỉ rõ rằng Sắc hiện hữu như là kết quả của một yếu tố trong ngũ uẩn do sự kết hợp có điều kiện với nhiều yếu tố khác chứ Sắc không có tính độc lập. Sắc là một sự vật/ một hiện tượng kết hợp bởi nhiều thành phần, thí dụ như tứ đại: đất, nước, gió, lửa...

Bởi vì Sắc hiện hữu và tiếp tục hiện hữu đều căn cứ vào điều kiện nhân duyên, Sắc là một sự vật tuỳ thuộc, không thể độc lập. Sự tuỳ thuộc này có nghĩa là Sắc không có tự tánh, không có một tự thể riêng; do đó, Sắc chính là Không.

Không tức thị Sắc *"Không chính là Sắc"*: Sắc không thể hiện hữu một cách độc lập, Sắc không bao giờ tự biệt lập với các sự vật, các hiện tượng khác. Hậu quả là Sắc phải nương tựa vào các vật khác. Do nương tựa vào các sự vật khác Sắc không thể cố định, bất biến mà phải chuyển biến, do nhân và duyên kết hợp. Nói khác đi, Sắc được sinh khởi từ các tương hành, tương tác của các nhân và duyên; Sắc không độc lập và không là một thực thể thường hằng. Tất cả các bộ phận của Sắc (thân xác) thì phức tạp và là một thực thể tương liên với nhau. Bởi vì, Sắc có đặc tính không cố định và không độc lập, chúng ta có thể nói rằng Không là nền tảng của sự tồn tại của Sắc; và có thể nói rằng Không tạo ra Sắc. Từ đó chúng ta có thể hiểu rằng *Không chính là Sắc* với ý nghĩa rằng Sắc là cái gì phát sanh từ Không.

Đây là sự *tương liên, tương tức* giữa Sắc và Không tương tự như sự tương liên của vật thể và không gian nó chiếm hữu. Cả hai Sắc và Không thì *"bất tương ly"*, không thể tách rời nhau được, tương tự như vật thể không thể tách rời khỏi không gian mà nó chiếm hữu. Nếu không có khoảng không gian trống thì vật thể không thể hiện hữu, không gian là chỗ nương tựa để thế giới vật thể hiện hữu. Thí dụ: cái bàn cần chiếm một khoảng không gian để chúng ta có thể đặt để cái bàn đó; sự tương tự này cũng không hoàn toàn vì một vật thể có thể tách rời không gian mà nó chiếm hữu. Nhưng Sắc và Không thì không thể tách rời ra, như đã nói, chúng *"bất tương ly"*. Cần lưu ý rằng *"Sắc chính là Không"* (Form is Emptiness) nghĩa là Sắc không có tự tánh hay là phủ nhận tự tánh của sắc (negating an intrinsic essence of Form); **không nên hiểu rằng** Sắc không có hiện hữu hay không có gì hết (Form is empty of itself), điều này có nghĩa là phủ nhận thực thể của Sắc, **Tâm Kinh không có ý giảng điều này**. Sắc là Sắc, thực thể của sắc là sắc không thể bị phủ nhận mà chỉ phủ nhận rằng Sắc không có bản thể độc lập, không có tự tánh. Như vậy, phải hiểu *Sắc là Sắc* (Form is Form) không có gì mâu thuẫn với *Sắc là Không* (Form is Emptiness). Như ở đoạn IV (theo sự phân đoạn của tôi về Bố cục của bài Kinh), Tâm Kinh giảng:

"… vô nhãn, nhĩ, tỷ, thiệt, thân, ý . . ."
dịch:
"…không có mắt, không có tai, không có mũi, không có lưỡi, không có thân, không có ý…"

chẳng nên hiểu rằng "không có con mắt, không có lỗ tai, . . ., không có ý tưởng" bởi vì thử rờ vào con mắt ta cảm nhận có sự tồn tại của mắt . . . mà **phải hiểu rằng** con mắt không có tự tánh, con mắt không độc lập khỏi các phần tử khác của thân xác.

Chúng tôi xin lập lại, *Không* (Srt. Sunyata, Av. Emptiness) **không có ý chỉ** là không hiện hữu/ không hiện có/không tồn tại mà **chỉ có ý chỉ** là *không có tự tánh* (empty of intrinsic existence)/ không có độc lập để hiện hữu. *Không* ở đây là do nhân và duyên mà kết hợp, tuỳ thuộc lẫn nhau; đây là bản tánh của mọi hiện tượng, mọi sự vật (all dharmas/ all things); mọi sự, mọi vật hiện hữu đều do kết quả của nhân và duyên…

Chúng ta có thể diễn tả một cách khác để làm rõ nghĩa hơn về sự liên hệ giữa *"Sắc"* và *"Không"*. Tất cả các hiện tượng đều tuỳ thuộc vào nhân và duyên.
(Xem thêm: Duyên Khởi hay Thập nhị nhân duyên của NVT - Nguồn: như đã dẫn)

Bởi vì mọi sự, mọi vật đều tuỳ thuộc nhau mà hiện hữu theo luật nhân quả trong một thế giới thiếu vắng tự tánh, có nghĩa là thế giới thì trống không (empty). Do đó Tâm Kinh nói "*Không chính là Sắc*". Nói cách khác, *Sắc* sinh khởi từ *Không*, và *Không* là cơ sở để cho *Sắc* sinh khởi. Như vậy, thế giới của *Sắc*/ thế giới của hiện tượng là sự biểu lộ của *Không*.

Ở đây, cần lưu ý rằng chúng ta **không bàn tới** cái *Không* (Emptiness) như là một *đại thực thể tuyệt đối* mà tư tưởng Ấn độ giáo/ Bà-la-môn giáo cho là **Brahman** (The Great Ultimate Reality) / Đại Ngã/ Đấng sáng tạo. Đó là một thực thể tuyệt đối/ chân lý tuyệt đối ở trong một thế giới ảo hoá của muôn vàn hiện tượng, nơi thế giới này muôn vàn hiện tượng sanh khởi. Chúng ta **chỉ nói tới** Không (Emptiness) là sự liên hệ giữa từng cá thể của sự vật, của hiện tượng mà thôi. Thí dụ: khi chúng ta nói cái "*Không của Sắc*" có nghĩa là chúng ta nói về thực tại tuyệt đối (ultimate reality) của Sắc đó mà Sắc đó thiếu vắng tự tánh. Không là bản tánh tuyệt đối của Sắc đó. *Không* ở đây hiện hữu chỉ cho phẩm chất riêng biệt của một hiện tượng, *Không* không thể hiện hữu tách rời và độc lập khỏi hiện tượng riêng biệt. hơn nữa, vì *Không* có thể chỉ được hiểu như là một thực tại tuyệt đối có liên hệ đến một hiện tượng cá biệt, tức là sự vật, vật thể cá biệt, cho nên khi hiện tượng cá biệt này ngưng hiện hữu/ bị tiêu diệt thì *Không* của hiện tượng này cũng sẽ ngưng hiện hữu theo. Vì vậy, *Không* tự nó không sản xuất ra nhân và duyên khi cơ sở của *Không* không còn hiện hữu, tức là *Không của Sắc* đó cũng ngưng /không còn hiện hữu.

2.-5. Sắc bất dị Không, Không bất dị Sắc.

dịch :
Sắc uẩn chẳng khác gì *Không*, *Không* chẳng khác gì *Sắc uẩn*.

Quan niệm của Ngài Nagarjuna (Long Thọ) về hai chân lý (two truths): chúng ta nhận thức chân lý tương đối trong thế giới hiện tại qua sự nhận biết của trí tuệ hằng ngày bởi các giác quan; và chỉ khi phân tích thâm sâu thì chúng ta mới có thể nhận biết được chân lý tuyệt đối, đó là bản tính của sự vật và của hiện tượng. Bản tánh của chân lý trong hai chân lý này cho biết hai chân lý này (tục đế và chân đế) không phải hai chân lý riêng biệt/hai chân lý độc lập. Chúng nương vào nhau, cả hai là hai mặt của một chân lý thống nhất (unity). Thí dụ như mặt hình và mặt chữ của một đồng xu. Tánh Không là sự phủ nhận sự có mặt của tự tánh, là con đường vượt qua hai cực đoan, đó là con đường trung đạo.

Tánh Không là diễn tiến phủ nhận chân lý tự tánh. Thí dụ, Sắc là tục đế, là một hiện tượng tương đối, hiện tượng tương đối chỉ được biết qua nhận thức hằng ngày.Tuy nhiên, Không của Sắc là chân lý tuyệt đối của Sắc. Chân lý tuyệt đối này chỉ đạt được qua sự phân tích, qua sự quán chiếu tuyệt đối, qua nhận thức của "*trí tuệ siêu việt*" hay trí tuệ thuần lý nhờ tâm thức nhận thức được bản tánh tuyệt đối của chân lý.

Trong khi tâm thức nhận biết được Tánh Không một cách trực tiếp, tâm thức nhận biết "*sự không có gì cả*", và trong sự nhận thức như vậy thì chủ thể (subject) và đối tượng (object) không còn hiện hữu nữa.

Chúng ta đã tìm thấy Sắc hiện hữu tại điểm cuối cùng của sự phân tích tuyệt đối, và tại điểm cuối cùng của sự diễn biến của sự phủ định, rồi chúng ta có thể nói rằng *Sắc* là bản tánh tuyệt đối của chính nó. Như thế, bản tánh tuyệt đối của *Sắc* chính là *Không* và *Sắc* là chân lý tương đối mà *Không* dựa vào đó để hình thành. Nói cách khác, theo *ý nghĩa của nguyên lý bất nhị* thì **Sắc nương vào**/tương khuynh **Tánh Không của Sắc. Không nương vào Sắc. Sắc không thể tách rời**/bất tương ly Không. Vì Không không thể tách rời Sắc, nên Sắc và Không là một thực thể thống nhất.

Chúng ta có thể hiểu rằng sự "*không có tự tánh của Sắc*" là một đặc tính không thể tách rời khỏi Sắc (an inseparable characteristic of Form). Để nhận thức được điều này, chúng ta phải thấu hiểu rằng "*Sắc*" và "*Tánh Không của Sắc*" là cùng một thực thể (the same entity). *Không* của *Sắc* là *Sắc* thiếu vắng tự tánh. Nếu chúng ta đặt câu hỏi: "Cái gì là cái thiếu vắng tự tánh của Sắc?" – Câu trả lời là "*Sắc-tự-nó*" (Form itself) hay chính là *Sắc*, không có "*Không của Sắc*" tách rời khỏi *Sắc*, và không có "*Sắc*" tách rời khỏi "*Không của Sắc*".

Vì vậy, *Sắc* và *Không của Sắc* có cùng một thực thể (Form and Emptiness of Form are the same entity). Câu này có nghĩa là "**Sắc không khác gì Không, Không cũng không khác gì Sắc**" (Form is not other than Emptiness, Emptiness also is not other than Form)/ *Sắc bất dị Không, Không bất dị Sắc*. Đây là lời giảng của Bồ-tát Quán-tự-tại cho Tỳ kheo Shariputra (Xá-lợi-tử).

Bốn yếu tố còn lại của ngũ uẩn thuộc về tâm lý, chúng không dễ dàng nhận thấy như Sắc uẩn thuộc về vật lý; đó là Thọ, Tưởng, Hành và Thức cũng đều là Không. Việc giảng giải cũng tương tự như trên. Chúng ta có thể hiểu rằng:

- **Thọ** không khác gì *Không* (của Thọ), *Không* không khác gì *Thọ*. *Thọ* chính là *Không*, *Không* chính là *Thọ*.
- **Tưởng** không khác gì *Không* (của Tưởng), *Không* không khác gì *Tưởng*. *Tưởng* chính là *Không*, *Không* chính là *Tưởng*.
- **Hành** không khác gì *Không* (của Hành), *Không* không khác gì *Hành*. *Hành* chính là *Không*, *Không* chính là *Hành*.
- **Thức** không khác gì *Không* (của Thức). *Không* không khác gì *Thức*. *Thức* chính là *Không*, *Không* chính là *Thức*.

3.- *Chứng minh nguyên lý bất nhị bằng phương pháp phủ định: Đoạn III và IV*

3.1. Quán chiếu tất cả các hiện tượng đều có tướng Không: đoạn III

Nguyên văn chữ Hán và Phiên âm Hán Việt:
III. 舍利子。是諸法空相。不生不滅。不垢不淨。不增不減。

III.-Xá Lợi Tử, thị chư pháp Không tướng; bất sanh, bất diệt; bất cấu, bất tịnh; bất tăng, bất giảm.

Việt dịch:

III.- *Này thầy Tỳ Kheo Shariputra (Xá-lợi-tử)! Các pháp đều có tướng Không. Chúng không sanh khởi, không tận diệt; không dơ, không sạch; không thêm, không bớt.*

A.- Chú thích:

- *Chư pháp*: - *chư* = nhiều, các, tất cả. – *Pháp*= hiện tượng, mọi sự, mọi vật.

- *Chư pháp Không tướng:* muôn sự, muôn vật, muôn hiện tượng trong vũ trụ đều tương đối, đều có tướng Không (All phenomena are emptiness).

- *Không tướng*, tiếng Việt là *tướng Không*, có nghĩa là không có tự tánh. Trong bài kinh này hai chữ *tướng không* đồng nghĩa với *tánh không*. Tướng là tất cả các hiện tượng ở trong vũ trụ nhân sinh, ở trong cuộc sống hằng ngày có tính cách tương đối, luôn luôn biến chuyển, và do nhiều yếu tố kết hợp để sanh thành. Tánh là bản thể tuyệt đối, bất biến của các hiện tượng, là tự tánh của các hiện tượng.

B.- Giảng giải:

- Chư pháp không tướng:

Bồ-tát Quán-tự-tại giảng tiếp, Ngài mở rộng từ phạm vi ngũ uẩn đến tất cả các hiện tượng. Ngũ uẩn không có tự tánh nên gọi ngũ uẩn là Không. Tương tự như vậy, bản tánh của tất cả các hiện tượng đều thiếu vắng tự tánh nên gọi tất cả các hiện tượng là Không (All dharmas are sunya/ All phenomena are empty). Mỗi một hiện tượng (phenomenon) thì có một đặc tính riêng của nó, đặc tính này chỉ có trên danh nghĩa của hiện tượng nhưng đặc tính này không có tự tánh (inherent existence). Một cách tổng quát, một hiện tượng thì có đặc tính của hiện tượng ấy nhờ đó người bình thường như chúng ta mới nhận thấy sự khác biệt giữa hiện tượng này với hiện tượng khác.

Tất cả mọi sự, mọi vật, mọi hiện tượng (*pháp*) đều do nhân và duyên kết hợp lại, không có tướng mạo nhất định, nên còn gọi các pháp đều có tướng không hay vô tướng. Thí dụ: nước ở trong ly, ta gọi là ly nước; nước ở trong chén ta gọi là chén nước. Hình tướng của ly nước khác hình tướng của chén nước, nhưng đặc tính của nước là ướt. Như vậy, cùng là nước nhưng tuỳ duyên mà có hình tướng khác nhau. Nước *không có tướng nhất định* nên gọi là vô tướng hay tướng Không.

Ở đây, chúng ta cần phải chú ý để hiểu rõ về đặc tính của một hiện tượng (the characteristics of a phenomenon) để khỏi bị lầm lẫn trong lời giảng của Bồ-tát Quán-tự-tại. Chúng ta cần phải triển khai thêm để hiểu được rõ ràng về tính chất đặc thù của các hiện tượng (particular characteristics of phenomena) như là "*tánh Không*" (Emptiness). Các hiện tượng, các sự vật đều sanh khởi do nhân và duyên, do sự kết hợp của nhiều yếu tố khác, chúng luôn biến đổi không ngừng/ vô thường. nên các hiện tượng không có tự tánh của nó. Thí dụ: căn nhà có nhiều thành phần tạo nên đặc tính hình dáng của cái nhà, nhưng không có phần nào của cái nhà hiện hữu một cách độc lập; các thành phần này được xây dựng bằng vật liệu, bằng nhiều công sức của Kiến trúc sư, thợ hồ, thợ điện, thợ mộc… Nếu chúng ta quan sát, phân tích kỹ lưỡng thì thấy rằng các đặc tính của căn nhà là do sự tập hợp của các sự vật, các sự kiện đều tuỳ thuộc lẫn nhau, theo ý nghĩa này, chúng ta kết luận rằng "*cái nhà không có tự tánh*".

Trong tư tưởng Phật giáo có *hai quan niệm về Vô ngã*:
- *Nhân vô ngã* (Srt. Pudgala-nairatmya, Av. Selflessness of the person): thuyết nhân vô ngã do lời dạy của Đức Phật được Phật giáo nguyên thuỷ (original Buddhism) và Thượng Toạ Bộ/ Phật giáo Theravada (Theravada Buddhism) tiếp tục. Nhân vô ngã có nghĩa là chúng sanh vô ngã, tức là cá nhân vô ngã và tất cả chúng ta đều vô ngã.
(Xem thêm: Tứ pháp Ấn của NVT) - Nguồn: như đã dẫn)

- *Pháp vô ngã* (Srt. Dharma-nairatmya, Av. Selflessness of phenomena): thuyết pháp vô ngã là chủ trương của Phật giáo Phát triển (Developmental Buddhism)/ Phật giáo Đại thừa (Mahayana Buddhism). Pháp vô ngã có nghĩa là tất cả các hiện tượng đều vô ngã. Chữ các hiện tượng (dharmas) lúc đầu để chỉ 5 yếu tố của ngũ uẩn, nhưng với ý nghĩa rộng hơn, hiện tượng chỉ tất cả mọi sự, mọi vật trong vũ trụ.

Trường phái "*Duy thức tông*" (Mind-only School) và *Trung Quán tông* (Middle Way school) chấp nhận cả hai học thuyết: nhân vô ngã và pháp vô ngã.

- Bất sanh, bất diệt; bất cấu, bất tịnh; bất tăng, bất giảm:

Câu này thuyết minh về tánh không của các hiện tượng. Đây là những hiện tượng trong thế giới tương đối, là các pháp thế gian nên dễ dàng nhận thức, còn "*tánh Không*" thuộc thế giới tuyệt đối nên không thể dùng ngôn ngữ văn tự mà luận bàn, hành giả phải quán chiếu tự tâm, trực giác để soi rõ mới được. Tánh Không không thể nào thể nhập bằng ngôn ngữ văn tự, bằng nghĩa lý biện luận cao thấp lòng vòng.

Các hiện tượng đối đãi: "*sanh, diệt*"; "*cấu, tịnh*"; "*tăng, giảm*" cho chúng ta nhận thấy rõ hình tướng của các pháp đều là Không. Nói khác, thực chất các pháp là *tánh Không, tướng Không*. Không đây là ý chỉ tự tánh của sự vật, sự kiện chứ không phải là "*không có*", "*không hiện hữu*". Câu này nêu rõ đặc tính của các hiện tượng, của các sự vật, của các sự kiện:

a. *Thể tánh* của các hiện tượng đều căn cứ vào sự tồn tại hoặc không tồn tại của sự vật: sanh là sanh khởi, là có; còn diệt là chấm dứt, tan mất, là không.
b. *Phẩm chất* của các hiện tượng đều căn cứ vào tịnh là trong sạch, cấu là dơ bẩn.

c. *Số lượng* của các hiện tượng căn cứ vào tăng là thêm, giảm là bớt.

Triết học Bát-nhã đã đưa ra phương pháp suy luận dựa trên lý luận phủ định để khẳng định điều muốn xác định. Phương pháp luận lý phủ định do Luận sư Nagarjuna sáng tạo.

"Nagarjuna (Hv. Long thọ, 龍樹, khoảng thế kỷ thứ 3 sau Tây Lịch, tức khoảng 700 năm sau ngày Đức Phật Thích ca nhập diệt, ông thuộc dòng dõi Bà-la-môn) đã lấy quan niệm "con đường đứng giữa"/ Con đường Trung đạo của Đức Phật lịch sử, và phát triển thêm để đưa ra học thuyết Trung đạo (Madhyamaka) được luận giải trong quyển Mula-madhyamaka Karika (中論, Trung luận, Anh. Fundamental verses on the middle way) được viết vào khoảng năm 150 Tây Lịch).

Madhyamaka là tiếng Sanskrit có nghĩa là **con đường ở giữa**/*con đường trung đạo (the middle way). Trung luận đặt trên một lý luận rằng không có gì tuyệt đối, mọi sự vật đều tương đối, không có sự vật nào tự tồn tại, mọi sự vật đều tùy thuộc lẫn nhau (everything is inter-dependent). Ngài Long Thọ còn phát triển thuyết Trung đạo sâu xa hơn nữa bằng cách căn cứ vào thuyết Duyên Khởi để lập nên một biện chứng "Bát Bất"/Tám cái Phủ định/ của con đường Trung đạo (the Eight Negation of the Middle Way) gồm những phủ định của các cặp cực đoan với nhau:*

"Bất sanh, bất diệt,
Bất đoạn, bất thường,
Bất nhất, bất dị,
Bất khứ, bất lai."
(trong Trung Quán Luận, đoạn tóm tắt từ Tạp A-hàm Kinh)

"It neither exists nor not exists,
It is not permanent nor discontinuous,
It is not one nor different,
It is not coming nor going."
(in the Madhyamika Sustra, an abstract from Samyukta Agama , Av. Connect Discourses)

Ngài Long Thọ đã đưa ra tám điều phủ định, để nhấn mạnh các điều mâu thuẫn chính, tám điều phủ định này chỉ là tám điều tượng trưng mà thôi. Trong thực tế có rất nhiều cặp cực đoan đối đãi với nhau, thí dụ: nóng-lạnh, đẹp-xấu, thiện-ác, chủ nghĩa duy tâm và chủ nghĩa duy vật…

Từ lý luận này, Trung luận đi đến khái niệm về tánh không (sunyata). Sunyata nghĩa là trống không (Sunyata means emptiness). Điều này không có nghĩa là không có cái gì hiện có. Nó có nghĩa là không có cái gì tự nó hiện hữu, cái đó là một phần của "mạng lưới phổ biến" của hiện hữu (a part of a universal web of being). Quan niệm này là trọng tâm tư tưởng của các trường phái trong Phong trào Phật giáo Phát triển/ Phật giáo Đại thừa. Thực ra quan niệm "tánh không" là một hình thức diễn tả lại quan niệm về vô ngã (anatman, Av.not soul, not self-

possessed), về vô thường (anitya, Av. impermanent), khổ (dukkha, Av. dissatisfactoriness, pain, sorrow)."

(trích từ bài Con đường Trung đạo của NVT - Nguồn: như đã dẫn)

Tâm Kinh dùng chữ *"bất"* ở trong đoạn này và sau đó là một loạt phủ định nhằm khẳng định thực chất của tướng Không ở nơi ngũ uẩn, ở đây có thể hiểu chữ *tướng* đồng nghĩa với chữ *tánh*. Lý luận phủ định dùng để soi sáng tâm thức của người bình thường, để hành giả quán chiếu tướng Không và tánh Không của mọi hiện tượng, để đi đến thành tựu cứu cánh niết-bàn.

- Bất sanh, bất diệt:

Hiện tượng sanh và diệt là căn cứ vào tự thể tồn tại hay không tồn tại của các sự vật, của các hiện tượng

- ***Bất sanh***: Tất cả các hiện tượng bất sanh (All dharmas are not produced) không có nghĩa là tất cả các hiện tượng không được sanh ra mà phải hiểu rằng sự sanh sản ra các hiện tượng thì không có tự tánh (the production of phenomena is not inherently existent), bởi vì tất cả các hiện tượng đều được sanh khởi do nhân và duyên. Thí dụ: thân xác chúng ta được sanh ra là do sự giao hợp giữa cha và mẹ chúng ta. Thân xác ngày hôm nay có được là do sự sanh sản từ ngày hôm qua. Tâm thức chúng ta cũng được phát khởi từ những giây phút trước. Nói tổng quát, tất cả các hiện tượng trong vũ trụ đều được phát sanh từ một nguyên nhân, từ một điều kiện nào đó. Từ đó suy ra những trải nghiệm trong cuộc đời tạo nên trạng thái hạnh phúc hay đau khổ nơi chúng sanh đều phát khởi từ những nguyên nhân chính là những nhận thức, những hành vi của chúng ta, và những hoàn cảnh khách quan bên ngoài.

Nếu không có nhân và duyên (điều kiện) thích hợp thì sự sanh sản không thể xảy ra (*bất sanh*).

- ***Bất diệt***: Cũng như sự sanh sản, sự chấm dứt của các hiện tượng cũng không có tự tánh (the cessation of phenomena is not inherently existent). Tất cả mọi hiện tượng có sanh thì phải có diệt. Sự chấm dứt của các hiện tượng có thể chia ra làm hai mức độ: mức độ rõ ràng và mức độ tế nhị (không thấy dễ dàng). Thí dụ:

- Sự chết của một người là sự chấm dứt rõ ràng, khi ấy thần thức đã lìa khỏi thân xác, thân xác rõ ràng là không còn như khi người đó còn sống.

- Sự chấm dứt tế nhị là sự chấm dứt theo diễn tiến của thời gian từng sát-na một, sự chấm dứt của phần này để tạo nên sự sanh sản của phần khác như các tế bào trong cơ thể chúng ta từng sát-na một, một số lớn tế bào chết để một số lớn tế bào khác sanh sản ra.

Tâm Kinh đã nói đến sự vô thường, sự chấm dứt ở mức độ rõ ràng và tế nhị. Khi nhận thức được sự vô thường, sự chấm dứt tế nhị sẽ giúp chúng ta diệt được sự sanh khởi của ảo ảnh, của vô minh. Một người ngày hôm qua thì không như một người ngày hôm nay, nếu người ấy đã dùng lời lẽ nặng nề, thô bạo đối với chúng ta ngày hôm qua thì ngày hôm nay người ấy không còn là người ngày hôm qua; điều này sẽ giúp chúng ta chế ngự được sự *giận dữ* với hy vọng người ấy sẽ sửa đổi. Nói tổng quát, các sự vật, các hiện tượng luôn luôn biến chuyển từng giây, từng phút, từng sát-na kể từ khi được sanh ra. Đây là điều mà chúng ta nên nhớ để chế ngự được những phiền não, nghiệp chướng sâu dầy như tham, sân, si.

- Bất cấu, bất tịnh:

Cấu có nghĩa là dơ bẩn, ô uế, *tịnh* có nghĩa là trong sạch. Đây là nói về phẩm chất của tất cả các hiện tượng.

- ***Bất cấu:*** các hiện tượng đều ô uế nhưng sự ô uế của các hiện tượng thì không có tự tánh. Sự ô uế có thể để chỉ các lỗi lầm như ảo giác, như vô minh, sự sản sanh không thể kiểm soát, sự chết chóc không thể kiểm soát. Các điều lỗi lầm, các điều ô uế là cội nguồn của khổ đau, chúng ta phải cố gắng dẹp bỏ chúng. Vì vậy, điều quan trọng là phải biết rõ lỗi lầm của mình, nhưng đừng thấy những lỗi lầm, xấu dở của người khác. Chúng ta chịu trách nhiệm về những lỗi lầm của mình và phải cố gắng chuyển hoá lỗi lầm của chúng ta. Nói khác, đừng bao giờ nghĩ đến điều lỗi lầm, những khuyết điểm của người khác mà hãy soi trở lại tự tâm mình để thấy cho được những lỗi lầm, những khuyết điểm của chính mình hầu mong tự chuyển hoá. Thêm vào đó, đừng nghĩ về những điều tốt đẹp của mình mà phải nghĩ đến những điều tốt đẹp của người khác.

Khi thực hành các điều trên thì chúng ta sẽ làm dịu bớt đi *những sân hận, những căm thù, những kiêu hãnh* và *những điều tiêu cực của mình*. Nói tóm, chúng ta cần quán xét những lỗi lầm, những khuyết điểm của chính mình để tiêu diệt chúng.

Các lỗi lầm, các khuyết điểm, những sự ô uế đều do nhân duyên sanh nên đều không có tự tánh, một khi **giác** là hết **mê**.

Bất tịnh: Các hiện tượng thì không trong sạch (All dharmas are not undefilement) với ý nghĩa là sự không trong sạch của các pháp không có tự tánh. Tâm Kinh có ý giảng rằng chúng ta có thể đạt được sự trong sạch, điều tốt lành là vì chúng là những sự kiện, những hiện tượng phát khởi bởi nhân và duyên. Vì vậy việc tạo nhân tốt, duyên lành là liều thuốc giải trừ các lỗi lầm, các khuyết điểm mình phạm phải.

Một cách tổng quát, khi chúng ta diệt được những sai lầm, những khuyết điểm thì chúng ta sẽ tịnh hoá thân tâm, sống trở về với *Phật tánh*. *Phật tánh* không phải là cái gì ở bên ngoài chúng ta, Phật tánh là chân tâm *có sẵn nơi mỗi chúng sanh*, chúng sanh chỉ cần buông xả, sạch hết vọng tưởng, xoay trở lại thì Phật tánh hiện tiền.

"***Hồi đầu thị ngạn***" nghĩa là xoay đầu trở lại chính đó là bờ mé, cũng có nghĩa là vọng chấp trần cảnh, bên ngoài là **mê**, trở về tự tánh chân thật là **giác**.

- Bất tăng, bất giảm:

Tăng là số lượng thêm vô, *giảm* là số lượng vơi bớt. Đây là căn cứ vào số lượng mà nói.

- ***Bất tăng***: Các hiện tượng không tăng (All dharmas has no increase), tức là sự gia tăng của các hiện tượng đều do nhân duyên mà sanh khởi nên không có tự tánh.

- **Bất giảm**: Các hiện tượng không có giảm bớt, tức là sự giảm bớt cũng đều do nhân duyên sanh khởi nên không có tự tánh. Thí dụ: chúng ta đang phẫn nộ, nhưng cơn giận dữ này có thể giảm bớt sau đó. Đức tin cũng như lòng bác ái, lòng từ bi sẽ bị giảm bớt nếu không được chúng ta nuôi dưỡng và phát huy thêm.

Qua đoạn kinh trên, Đức Bồ-tát Quán-tự-tại đã dạy rằng tất cả các hiện tượng ở trong vũ trụ vạn hữu đều có tướng Không. Khi suy niệm về Không thì chúng ta sẽ vượt qua những biểu hiện nhị nguyên, những cực đoan để không còn phân biệt chủ thể và đối tượng nữa.

Đoạn trên của Tâm Kinh có thể viết 3 câu với 6 chữ *bất* (phủ định) để chỉ bày thật tướng của các hiện tượng là tánh Không:

Bất sanh, bất diệt.
Bất cấu, bất tịnh.
Bất tăng, bất giảm.

Trong đoạn kinh kế tiếp, Đức Bồ-tát Quán-tự-tại sẽ dùng một loạt phủ định (chữ **vô** được thay cho chữ **bất**) dồn dập để nhằm một mục đích khẳng định thực tánh của tướng Không, và để giúp hành giả **phá chấp**: phá chấp ngã và phá chấp pháp. Nhờ đó Ngài giúp hành giả quán chiếu tướng không và tánh không của mọi hiện tượng, của mọi sự vật để đạt cứu cánh Niết-bàn. Niết-bàn, không phải là một cảnh giới/một cõi/một nơi, mà **Niết-bàn là trạng thái của tâm giải thoát**, an nhiên, tự tại mà hành giả có thể chứng nghiệm được trong thực tại hiện tiền.

BA CỬA CỦA GIẢI THOÁT
(Hv. Tam giải thoát môn, Av. The three doors of Liberation)

Nhiều Kinh điển Đại thừa (Mahayana Sutras)/Kinh điển Phật giáo Phát triển đã giảng 3 phương pháp thiền quán để đạt đến giải thoát, đó là ba cánh cửa của giải thoát. Không ngoại lệ, Đức Bồ-tát Quán-tự-tại đã giảng 3 phương pháp thiền quán để đi đến chỗ giải thoát như là những liều thuốc trị liệu các sự bám víu vào thành kiến, vào tham, sân, si để đạt thành tựu Phật tánh (Buddhahood).

Ba cánh cửa đó là:
- **Không môn** (Srt. Sunyata, Av. Emptiness)
- **Vô tướng môn** (Srt. Animittata, Av. Sign-less-ness)
- **Vô tác môn/ Vô nguyện môn** (Srt. Apranihitata, Av. Wish-less-ness/ Aim-less-ness)

a. **Không môn** hay **Suy niệm về tánh Không** (Meditation on Emptiness) là cánh cửa thứ nhất của giải thoát.

"Chư pháp Không tướng".

Tâm Kinh nói: Tất cả các hiện tượng/pháp đều có tướng Không bởi vì tất cả các hiện tượng đều không có tự tánh. Tất cả các hiện tượng đều vô ngã, vì các hiện tượng đều sanh khởi do nhân (cause) và duyên (condition), và do sự kết hợp của nhiều yếu tố khác. *Không* ở đây không có nghĩa là không có: các hiện tượng, các sự kiện vẫn hiện hữu trong vũ trụ vạn hữu. Thí dụ: cái bông hồng được hợp thành bởi nhiều cánh hoa, từng phần ấy nếu tách rời ra thì ta không còn cái bông hồng nữa. Vậy bông hồng là do sự kết hợp của nhiều cánh hoa, đóa hoa hồng không có thực thể, đóa hoa hồng chỉ là giả danh, giả tướng. Đóa hoa hồng không có tự tánh, nhưng đóa hoa hồng vẫn hiện hữu, điều này không thể phủ nhận được.

Từ suy niệm trên, chúng ta nhận thức được rằng tất cả các hiện tượng, tất cả các sự vật đều không có thật tánh, do đó chúng ta sẽ không còn muốn nắm bắt, không còn muốn bám víu chúng. Khi gặp những nghịch cảnh, gặp những nỗi thống khổ, chúng ta phải giữ tâm an nhiên tự tại, vì các nghịch cảnh, nỗi thống khổ không có tự tánh, chúng ta sẽ vượt qua các khổ ách nhờ thiền quán về tánh Không, chúng ta buông bỏ, không còn nắm bắt các vọng tưởng, thân tâm hoàn toàn bình an để đối diện với nghịch cảnh mà vượt qua, mà chiến thắng và chúng ta không còn sợ hãi gì nữa.

Nhờ thiền quán về tánh Không, chúng ta vượt qua được những đối đãi nhị nguyên, quán chiếu mọi hiện tượng, mọi sự, mọi vật đều bình đẳng, sự lo âu, sợ hãi trước nghịch cảnh sẽ được vượt qua, và được chiến thắng.

Nhờ thiền quán về tánh Không, và **luôn luôn sống với "trí tuệ bát-nhã"**, chúng ta có thể buông xả các vọng tưởng, buông xả chấp ngã, chấp pháp.

b. **Vô tướng môn** hay **Suy niệm về vô tướng** (Meditation on sign-less-ness): là cánh cửa thứ hai của giải thoát.

"bất sanh, bất diệt; bất cấu, bất tịnh"

Dấu hiệu (sign) là biểu hiện của một hình dáng, một hình thể (form) của một sự vật, một hiện tượng.

Suy niệm về vô tướng là sự phủ nhận các tự tánh của nguyên nhân (causes) và những hậu quả (effects). Mở rộng ra đó là sự suy niệm về sự phủ định tự tánh của bất cứ nhân, của bất cứ quả nào đã gây ra nghịch cảnh, gây ra khổ đau, gây ra sự sợ hãi, và tiến xa hơn phủ định ngay cả sự vắng lặng, thanh tịnh và an bình nữa.

Như đã nói trên, đóa hoa hồng không có tự tánh riêng biệt, đóa hoa hồng không có một hình dáng, không có một tướng trạng nhất định, không có sự đồng nhất với chính nó, vì thể tánh của nó là vô tướng. Xin nhắc lại rằng, đóa hoa hồng vẫn hiện hữu trong thế giới bình thường. Mở rộng ra, tất cả các hiện tượng cũng như vậy, các hiện tượng đều do nhân và duyên kết hợp, nên các hiện tượng không có tướng mạo nhất định/ vô tướng.

Chúng ta nhận biết các sự vật, các hiện tượng dựa trên dấu hiệu và hình dáng của chúng, tuy nhiên có khi sự nhận biết của chúng ta có những sai lầm do ảo ảnh vì chúng vô tướng. Thí dụ:

khi nhìn lên bầu trời có lần chúng ta thấy bức tranh con chó (người Trung Hoa gọi là bức tranh *"vân cẩu"* / bức tranh con chó tạo bởi mây), sau đó một thời gian ngắn chúng ta thấy bức tranh *"vân cẩu"* biến mất, nhưng mây vẫn còn là mây mặc dầu ta không còn thấy bức tranh con chó nữa, mây có thể biến thành cơn mưa chứ mây không hoàn toàn tan biến.

Từ chỗ suy niệm về vô tướng, chúng ta có thể áp dụng vào nhiều sự kiện, vào nhiều hiện tượng ở trong cuộc sống hằng ngày. Giả sử chúng ta có một người thân yêu, một người hôn phối, một người tình, một người bạn, cha mẹ... không còn nữa thì chúng ta phải nghĩ rằng *"hình dáng"* của người ấy đã di chuyển hay chuyển đổi thành một hình dáng khác. Chúng ta sẽ thấy được cái vô tướng ở trong nghịch cảnh, trong thống khổ, tất cả chỉ là giả danh, giả tướng; sự sống và sự chết cũng đều là giả danh, đều là giả tướng. Nhìn phản tỉnh về chính bản thân chúng ta: thân xác, tư tưởng, cảm nghĩ mà chúng ta đang có ngay bây giờ thì trong một phút, một giây, một sát-na sau tất cả đều biến đổi, nhưng không có nghĩa là chúng hoàn toàn mất.

Nhờ thiền quán về vô tướng, chúng ta không chấp vào một cực đoan nào, chúng ta vượt qua được những đối đãi nhị nguyên, gặp nghịch cảnh hay thuận cảnh chúng ta đều an nhiên tự tại trong lòng. Gặp thuận cảnh không làm chúng ta đam mê, tham lam thêm; gặp nghịch cảnh không làm chúng ta sân hận, các chướng ngại này đều được vượt qua, đều được chiến thắng.

c. **Vô tác môn** hay **suy niệm về vô tác/ suy niệm về vô nguyện** (Meditation on Wish-lessness): là cánh cửa thứ ba của giải thoát.

"bất tăng, bất giảm".

Vô tác là không tạo tác, không làm ra điều gì; còn gọi là *vô nguyện* (wishlessness) là không mong cầu, không ham muốn gì cả.

Suy niệm về vô nguyện/vô tác/vô cầu là suy niệm về các kết quả, các ước nguyện đều không có tự tánh, tức là không mong cầu, không ham muốn, không tạo tác nên điều gì, cái gì nữa. Thiền quán về vô nguyện/vô tác/vô cầu giúp chúng ta không còn vướng mắc vào một cái gì trong quá khứ, trong hiện tại, trong tương lai.

Nhờ suy niệm về vô nguyện/vô tác/vô cầu, chúng ta sẽ bình thản, an nhiên trước những diễn biến đổi thay trong cuộc đời, chúng ta sẽ sống thích ứng với hoàn cảnh hiện tại, tuỳ duyên mà sống, không tạo tác thêm một nghiệp nào nữa. Chúng ta cảm nhận hạnh phúc trong giây phút hiện tại, chúng ta không ước nguyện điều gì trong tương lai.

Tất cả các hiện tượng, các sự kiện đều là *Không*, đều là *vô tướng* nên không còn vướng mắc, không còn bám víu vào một điều gì, nên *vô tác/vô nguyện/vô cầu*; không tạo tác, không có nghĩa là không làm cái gì cả mà chính là làm mọi việc không vì mục đích tư lợi, như các Bồ-tát làm các việc lợi ích cho chúng sanh, thân tâm các Ngài ở trạng thái vô tác; khi thành tựu được vô tác, hành giả không còn thấy đối tượng để sở đắc: mọi pháp hữu vi đều là Không, đều là vô tướng thì pháp vô vi Niết-bàn cũng đều là Không, đều là vô tướng. Do đó, *không cầu tìm Niết bàn ở đâu xa, vì Niết-bàn đang ở trong tâm ta, đang ở trong giây phút hiện sinh này.*

Tóm lại, qua tiểu đoạn trên của Tâm Kinh, Bồ-tát Quán-tự-tại đã dạy chúng ta mở các cửa của giải thoát, và đi qua các cửa đó để đạt được giải thoát. Khi quán chiếu thâm sâu 3 cửa của giải thoát chúng ta sẽ không còn sợ hãi, không còn lo âu về được, thua; mất, còn; thắng, bại; đến, đi…

3.2. Quán chiếu "tướng Không"/ "tánh Không" của tất cả các hiện tượng: đoạn IV. Một loạt các phủ định.

Nguyên văn chữ Hán và Phiên âm Hán Việt:

IV. 是 故 空 中 無 色。無 受 想 行 識。無 眼 耳 鼻 舌 身 意。無 色 聲 香 味 觸 法。無 眼 界 。 乃 至 無 意 識 界 。 無 無 明 。 亦 無 無 明 盡。乃 至 無 老 死。亦 老 死 盡。無 苦 集 滅 道 。無 智 亦 無 得。

IV.-Thị cố Không trung vô sắc, vô thọ, tưởng, hành, thức. Vô nhãn, nhĩ, tỷ, thiệt, thân, ý. Vô sắc, thanh, hương, vị, xúc, pháp. Vô nhãn giới, nãi chí vô ý thức giới. Vô vô minh, diệc vô vô minh tận, nãi chí vô lão tử, diệc vô lão tử tận. Vô khổ, tập, diệt, đạo. Vô trí diệc vô đắc.

Việt dịch:
IV.- Chính vì vậy cho nên trong Không, không có sắc (thân xác, hình dáng), không có thọ, tưởng, hành, thức./ Không có mắt, tai, mũi, lưỡi, thân, ý./ Không có sắc trần (cảnh, object),thanh, hương, vị, xúc (no object of touch), hiện tượng (no phenomenon, hay không có đối tượng của tâm)./ Không có giới vực của mắt, cho đến không có giới vực của ý thức./ Không có vô minh, không có sự tận diệt vô minh cho đến không có già và chết, và cũng không có sự tận diệt của già và chết./ Không có khổ, tập, diệt, đạo./ Không có trí cũng không có chứng đắc.

A. Chú thích
- *nãi chí*: cho đến.

B. Giảng giải

Trong đoạn IV này, Tâm Kinh đưa ra một loạt các phủ định nhằm phá chấp ngã và chấp pháp. Tâm kinh không những phủ định *"thế gian pháp"* mà còn phủ định *"xuất thế gian pháp"* nữa:

a. Thế gian pháp là thế giới của hiện tượng tức là tướng, các pháp này thuộc về vật chất, bị chi phối bởi thời gian và không gian. Các hữu thể vật chất chịu ảnh hưởng của quy luật "*thành, trụ, hoại, không*", đối với loài hữu tình thì chịu ảnh hưởng của quy luật "*sanh, trụ, dị, diệt*". Các pháp thế gian đều do nhân và duyên hoà hợp mà sanh thành.

Ngũ uẩn thuộc thế gian pháp, ngũ uẩn không có tự tánh. Tất cả 5 uẩn đều là Không. Ngũ uẩn là Không tức là không có tự ngã/ vô ngã.

Trong thân xác gồm có: 6 căn, 6 trần và 6 thức:

- **Sáu căn** là 6 cơ quan gồm có ngũ giác quan: mắt, tai, mũi, lưỡi, thân; và ý.
- **Sáu trần** là 6 đối tượng của 6 căn gồm có: sắc, thanh, hương, vị, xúc và pháp.
- **Sáu thức**: 6 căn tiếp xúc với 6 trần làm sanh khởi ra 6 nhận thức: nhãn thức, nhĩ thức, tỷ thức, than thức và ý thức.

Trong giáo lý Phật giáo, **Thập bát giới** / 18 giới là 18 lãnh vực tâm-sinh- vật lý gồm có 6 căn + 6 trần + 6 thức. Giới có nghĩa là phạm vi, lãnh vực hoạt động của mỗi căn, mỗi trần, mỗi thức; tuy chúng có tương quan mật thiết với nhau, nhưng mỗi phần đều có công năng riêng biệt, và hoạt động chỉ trong lãnh vực của nó mà thôi, tức là mỗi phần hoạt động trong phạm vi riêng biệt, không có sự lẫn lộn nào cả. 18 giới là cơ sở giao tiếp toàn diện của con người với thế giới thực tại khách quan.

18 giới gồm có:

- **Sáu căn** (Six sense organs) gồm có 5 giác quan và ý thức: mắt, tai, mũi, lưỡi, thân và ý. 5 giác quan thuộc sinh lý có khả năng giúp đỡ, làm phương tiện cho ý căn để nhận thức đối tượng. Ý căn là bộ phận rất tinh tế thuộc sinh lý và tâm lý, là thần kinh não bộ, trung khu điều hành tất cả thần kinh hệ. Sáu căn có sự liên lạc rất mật thiết với nhau.
- **Sáu trần** (Six objects) gồm có: sắc trần (cảnh, object), âm thanh, hương thơm, mùi vị, vật tiếp xúc, pháp (tất cả mọi sự kiện, mọi sự vật). 6 trần là đối tượng của 6 căn. Thí dụ: sắc trần: sông, núi, cỏ, cây, nhà cửa . . . là đối tượng của con mắt, âm thanh là đối tượng của lỗ tai v…v… vị chua, ngọt, đắng, cay là đối tượng của căn lưỡi; lạnh nóng, mềm cứng là đối tượng của thân. Pháp trần là hình bóng của sự vật còn lưu lại nơi tiềm thức và vô thức (căn ý thức).
- **Sáu thức** (Six consciousnesses): 6 căn tiếp xúc với 6 trần làm sanh khởi ra nhận thức của 6 thức. 6 thức gồm có: nhãn thức giới, nhĩ thức giới, tỷ thức giới, thiệt thức giới, thân thức giới, và ý thức giới. Thí dụ: mắt (nhãn căn) nhìn thấy màu xanh (sắc trần) rồi sanh khởi để nhãn thức giới nhận thức ra đó là màu xanh.

Trong 18 giới thì 12 giới trước gọi là **12 xứ**. 12 xứ gồm có: 6 căn + 6 trần. 12 xứ là cơ sở giao tiếp giữa con người với thế giới thực tại khách quan. 6 căn thuộc về bên trong tức là tự thể của con người, còn 6 thức thuộc về ngoại cảnh, thế giới bên ngoài.

Tóm tắt lại, chúng ta có:

18 giới vực (eighteen Constituents) gồm có **12 xứ** (twelve Sources) (6 căn và 6 trần) + **6 thức**:

- **6 căn** (six Sense Organs): *Nhãn, nhĩ, tỷ, thiệt, thân và ý* (eye, ear, nose, tongue, body, mental sense).
- **6 trần** (six Objects): *Sắc trần (cảnh), thanh, hương, vị, xúc và pháp* (forms, sounds, odors, tastes, tangible objects and phenomena).
- **6 thức** (six Consciousnesses): *Nhãn thức, nhĩ thức, tỷ thức, thiệt thức, thân thức và ý thức* (eye consciousness, ear consciousness, nose consciousness, tongue consciousness, body consciousness and mind consciousness).

Mỗi căn tiếp xúc với **một trần** tương ứng rồi sanh ra **một thức**: *Mắt* tiếp xúc với *sắc trần* sinh ra *nhãn thức*, giúp chúng ta nhận biết được hình dáng của sự vật rồi phân biệt cao thấp, đẹp xấu, to nhỏ. *Tai* tiếp xúc với *âm thanh* sinh ra *nhĩ thức*, giúp phân biệt tiếng nói, tiếng hát rồi sanh ra ưa thích hay khó chịu…*Năm căn đầu* (mắt, tai, mũi, lưỡi và thân) tiếp xúc với *năm trần* tương ứng có hình tướng cụ thể. Riêng *pháp trần* là những hình bóng được chứa trong tiềm thức và vô thức, khi có cơ hội thì được gợi lên: khi *ý căn* tiếp xúc với *pháp trần* thì *ý thức* phát sinh. *Ý thức* là sự chủ ý, là động cơ tạo nên các nghiệp thiện hoặc ác hoặc vô ký (không thiện – không ác).

b. **Xuất thế gian pháp** là các phương pháp để tu hành nhằm chuyển phàm thành thánh. Đây là các pháp thuộc về tinh thần, các pháp này không nằm trong quy luật sanh thành của vật chất như "*thành, trụ, hoại, không*". Đây là các phương cách giúp chúng sanh tìm đường giải thoát khỏi luân hồi, phiền não để giác ngộ và đạt cứu cánh Niết-bàn. 3 tầng giáo pháp này là: **Tứ Diệu Đế, Thập Nhị Nhân Duyên và Lục độ Ba-la-mật-đa.** Tâm Kinh phủ nhận tự tánh của xuất thế gian pháp. Nói cách khác, trong "*tánh Không*" không có các pháp xuất thế gian. Tâm Kinh phá chấp pháp của thế gian pháp và phá chấp pháp của xuất thế gian pháp.

3.2.1. Phủ định thế gian pháp:

3.2.2.1. Phủ định ngũ uẩn (như một điệp khúc):

-**Thị cố Không trung vô sắc, vô thọ, tưởng, hành, thức.**

dịch:
Chính vì vậy cho nên trong tướng Không, không có sắc, không có thọ, tưởng, hành, thức.

Bồ-tát Quán-tự-tại xác nhận một lần nữa: "*Tánh Không của ngũ uẩn*"

Ở đây, chúng ta nhận thấy như có một sự mâu thuẫn (contradiction) của Tâm Kinh: "*Không tức thị Sắc*" (Emptiness is form), rồi lại nói rằng "*Thị cố Không trung vô Sắc*" (In Emptiness there is no form). Nhiều nhà Phật học Tây phương nhận thấy có chỗ nghịch lý (paradox) vì trái với nguyên lý không mâu thuẫn, cũng như họ nhận thấy chỗ nghịch lý trong câu *"Sắc tức thị Không, Không tức thị Sắc"*. Thật ra chúng ta cần phải hiểu rằng *"Trong Không không có sắc"* (In Emptiness, there is no Form) có nghĩa là *"Sắc không hiện hữu một cách tự nó chứ không có nghĩa là Sắc không có hiện hữu.* (Form does not inherently exist without suggesting that form is non-existent). Nói cách khác, câu Kinh : *"Trong Không không có Sắc"* có thể quảng diễn là *"Khi có Không thì không có Sắc"* hay *"Không không là Sắc"* (Emptiness is not Form).

Sắc (thân xác, hình thể) luôn hiện hữu, đây là một sự thật tương đối (conventional truth), rờ vào thân xác mình chúng ta thấy có sự hiện diện của thân xác chúng ta, nhưng sắc do sự kết hợp bởi nhiều yếu tố, do nhân, duyên kết hợp, luôn luôn biến chuyển nên không có tự tánh.

Giải thích tương tự như vậy, 4 uẩn: thọ, tưởng, hành, thức thì hiện hữu trong sự thật tương đối, nhưng trên bình diện sự thật tuyệt đối chúng không có tự tánh, tức là 4 uẩn này không có trong Không. Vắn tắt, Không không là ngũ uẩn (Emptiness is not the aggregates).

3.2.1.2. Phủ định 12 xứ:

-(Thị cố Không trung) **Vô nhãn, nhĩ, tỷ, thiệt, thân, ý. Vô sắc, thanh, hương, vị, xúc, pháp.**

dịch:

(Chính vì vậy cho nên trong tướng Không), *Không có mắt, tai, mũi, lưỡi, thân, ý. Không có sắc trần, không có thanh, hương, vị, xúc (no object of touch), pháp(no phenomenon).*

Xin nhấn mạnh một lần nữa, Tâm Kinh nói *"không có mắt"* không có nghĩa là không có con mắt mà phải hiểu rằng con mắt không có tự thể cố định.

Giải thích tương tự, các phần còn lại của 6 căn, của 6 trần cũng cũng không có tự thể cố định, không nằm trong tánh Không.

Sáu căn và sáu trần đều do duyên sanh nên cũng không có tự tánh (they are not inherently existent), chúng chỉ là những biểu hiện tương đối (conventional appearances). Vì vậy *"trong tướng Không không có 6 căn, không có 6 trần."*

3.2.1.3. Phủ định 18 giới:

- (Thị cố Không trung), **Vô nhãn giới, nãi chí vô ý thức giới.**

dịch:

(Chính vì vậy cho nên trong tướng Không), *Không có giới vực của mắt, cho đến không có giới vực của ý thức.*

Câu này thuyết minh về *tánh Không* của 18 giới. Câu kinh liệt kê từ nhãn giới cho đến ý thức giới, gồm có:
- **6 căn** : nhãn giới, nhĩ giới, tỷ giới, thiệt giới, thân giới và ý giới.
- **6 trần** : sắc giới, thanh giới, hương giới, vị giới, xúc giới và pháp giới.
- **6 thức** : nhãn thức giới, nhĩ thức giới, tỷ thức giới, thiệt thức giới, thân thức giới và ý thức giới.

Căn và *Trần* đều không có tự tánh, *Thức* phát sinh từ sự tương hợp giữa Căn và Trần, nên Thức cũng không có tự tánh. Như vậy sự hiện hữu của Căn - Trần - Thức là do tâm thức tạo ra, tự tánh của chúng thì không có; tức là trong Không không có Căn-Trần-Thức. Bồ-tát Quán-tự-tại soi thấy ngũ uẩn đều Không tức là quán chiếu 18 giới cũng Không/ không có tự tánh.

Đức Bồ-tát Quán-tự-tại đã chỉ dạy các bản tánh tương đối (conventional nature) của 18 giới vực. 18 giới vực giúp nhận thức tất cả các hiện tượng, các sự vật, 18 giới vực thì không có tự tánh trên bình diện chân lý tuyệt đối. Do đó, hành giả tu tập thiền quán *"trí tuệ siêu việt"* thì soi thấy các hiện tượng, các sự vật ở trong 18 giới vực chỉ là giả danh, giả tướng tức là không có thực sự, tất cả các hiện tượng, các sự vật đều do sự tạo tác của tâm thức, của niệm thức mà thôi. Do vậy, hành giả không bị vướng mắc vào chấp ngã, vào chấp pháp. Do không còn nhiễm tâm dính mắc mà thân tâm hành giả được an nhiên tự tại, vượt qua được mọi chướng ngại, vượt qua được sự sợ hãi và vượt qua được các khổ nạn.

3.2 2. Phủ định xuất thế gian pháp:

3.2.2.1. Phủ định 12 Nhân duyên:

- (Thị cố Không trung) **Vô vô minh, diệc vô vô minh tận, nãi chí vô lão tử, diệc vô lão tử tận.**

dịch:

(Chính vì vậy cho nên trong tướng Không) *không có vô minh, không có sự tận diệt vô minh ... cho đến không có già, chết, và cũng không có sự tận diệt của già, chết.*

Câu này thuyết giảng *"tánh Không"* của thuyết *"Duyên Khởi"*/12 nhân duyên.

DUYÊN KHỞI là gì?

- **Duyên Khởi** hay **12 nhân duyên** (Srt. Pratityasamutpada, Av. Twelve Links of Interdependent Arising) gồm có 12 loại nhân duyên: *Vô minh, Hành, Thức, Danh-và-Sắc, Lục căn -và- Lục trần (Lục nhập), Xúc, Thọ, Ái, Thủ, Hữu, Sinh, Lão-và-Tử.*

Hiểu tư tưởng Duyên Khởi thì hiểu Triết học Phật giáo. Thuyết *"duyên khởi"* là một nền tảng triết lý rất quan trọng trong lời giáo huấn của Đức Phật.

Sau khi đắc đạo, Đức Phật đã căn cứ vào nhân duyên sanh khởi của **dukkha** (những điều không hài lòng, căng thẳng, khổ đau…) mà nói lên sự liên hệ nhân quả của nó gồm có 12 thứ/12 chi. Ngài lập ra *thuyết "duyên Khởi"*.

I. Định nghĩa:

1. Thuyết *Duyên Khởi* và *Thập nhị nhân duyên*:

Trong Kinh Phật Tự Thuyết (Udana, Tiểu Bộ Kinh I, tr. 291), Đức Phật nói:
"Vì cái này có, cho nên cái kia có. (imasmim sati idamhoti).
Vì cái này sinh, cho nên cái kia sinh. (imassuppàda idam uppajjati).
Vì cái này không, cho nên cái kia không. (imasmim asati idam na hoti).
Vì cái này diệt, cho nên cái kia diệt. (imassa nirodhà idam airujjhata"

Bốn câu trên cho thấy sự tương liên, tương tác trong sự hiện hữu liên tục của mọi sự vật, và sự tương liên, tương tác trong sự hủy diệt của mọi sự vật. Căn cứ trên nguyên tắc này, thuyết Duyên Khởi được thành lập.

Thuyết **Duyên khởi** (HV 縁起, Sa. *pratītyasamutpāda*, Pa. *paṭiccasamuppāda*, cũng được gọi
là **Nhân duyên sinh** (因縁生), và vì bao gồm 12 thứ/ 12 thành phần nên cũng có tên là **Thập nhị nhân duyên** (十二因縁, Sa. *Dvādaśanidāna/ dvādaśāṅgapratītyasamutpāda)*.

Tiếng *duyên khởi* được dịch ra tiếng Anh với nhiều cụm từ khác nhau như sau: dependent origination, dependent arising, interdependent co-arising, conditioned arising, và conditioned genesis (genesis = căn nguyên). Còn cụm từ Thập Nhị Nhân Duyên được dịch là the Twelve Links of Interdependent arising).

Theo tiếng Sanskrit thì *pratītyasamutpāda* gồm có 2 tiếng:
- *pratītya* có nghĩa là tùy thuộc (dependent), chữ này đã thấy xuất hiện trong Kinh văn Vedas và Upanishads. Trong Kinh Rig Veda, chữ này có nghĩa là tùy thuộc, là gốc rễ. Cũng trong tiếng Sanskrit tiếp đầu ngữ *prati* có nghĩa là đi tới, diễn tiến, tiếp cận.
- *samutpāda* có nghĩa là phát khởi (arising), khởi sự (originate), hậu quả (effect).

Do đó tư tưởng về *duyên khởi* (the idea of *dependent origination*) có lẽ đã có trước khi Đức Phật ra đời. Các nhà nghiên cứu triết học Ấn độ đã nhận thấy 4 chi đầu tiên của dây chuyền có 12 chi như: *Vô minh, Hành, Thức, Danh sắc* đã có trong lý thuyết về vũ trụ của Brihadaranyaka Upanishad và các kinh văn Vedas cổ xưa hơn.

2. Luật Nhân, Duyên, Quả/ Luật Nhân Quả:

Thuyết Duyên Khởi/ 12 Nhân Duyên quan niệm rằng một vòng tròn gồm có 12 chi hay 12 mắt xích dính với nhau như sợi dây chuyền. Cái mắt xích này là nhân tạo ra quả là cái mắt xích kia nhờ duyên là các điều kiện thích hợp - năng lực - xúc tác với nhân. Rồi quả sẽ là nhân cho một tiến trình mới, với sự trợ giúp của duyên mới để tạo thành một quả mới; và cứ như thế tiếp tục mãi mãi; chỉ khi nào có một cái bị diệt thì cái kia cũng bị diệt. Nói khác, sự sanh khởi phải có điều kiện, thuyết duyên khởi có thể diễn tả qua một tiến trình như sau:

Nhân - Duyên - Quả

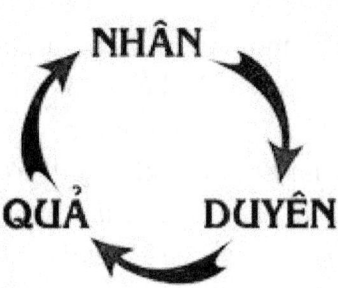

Nhân (cause) chỉ lý do chính, *duyên* (condition) là điều kiện trợ giúp để sinh ra *quả* (effect). Nhân là nguyên nhân tức là cái gì phát động ra ở mọi sự vật để gây ra một kết quả. Duyên là duyên cớ, là điều kiện, là năng lực, là sự tương hợp để giúp nhân tạo ra quả.

Một thí dụ đơn giản: hột lúa (1) là cái *quả* của cây lúa (1) đã chín, hột lúa (2) sẽ là cái *nhân* của cây lúa (2) sắp mọc lên. Lúa muốn thành cây lúa, muốn có bông lúa thì phải nhờ có điều kiện: có năng lượng thích hợp như đất, nước, không khí, ánh sáng, đây chính là *duyên*.
Trong vòng tròn có 12 mắt xích thì mỗi mắt xích là nguyên nhân gây phát khởi mắt xích kế tiếp, và mỗi mắt xích kế tiếp sẽ trở thành một nhân mới, và cứ tiếp diễn liên tục như thế, theo thuyết duyên khởi thì không có nguyên nhân đầu tiên, tất cả các nguyên nhân và kết quả cùng nhau hiện hữu, chúng có liên hệ hỗ tương, tuỳ thuộc với nhau.

Theo Đức Phật thì chúng ta thấy có 2 loại quan hệ giữa các sự vật là:
- *Quan hệ đồng thời:*
    "Cái này có cho nên cái kia có,
    Cái này không cho nên cái kia không."
có nghĩa là mọi sự vật đều tương liên, đều cùng nhau mà hiện hữu.

-*Quan hệ dị thời:*
    "Cái này sinh cho nên cái kia sinh,
    Cái này diệt cho nên cái kia diệt."

có nghĩa là mọi sự vật kế tiếp liên tục để sinh khởi, cái này sinh ra trước để làm nhân sinh ra cái kia khi có điều kiện thích hợp; nếu một sự vật bị diệt thì sự vật kế tiếp cũng bị diệt.

Như vậy, theo thuyết duyên khởi thì *không có cái gì hiện hữu độc lập với cái khác*; mọi thứ đều liên kết tùy thuộc lẫn nhau.

Luật Nhân, Duyên, Quả (The Law of Cause, Condition and Effect) thường gọi ngắn gọn là *Luật Nhân Quả* (The Law of Cause and Effect), đây là một Luật phổ biến (universal Law) được áp dụng trong mọi lãnh vực: Khoa học thực nghiệm, Khoa sinh vật, khoa học xã hội, khoa học chính trị, trong cuộc sống hằng ngày của chúng ta v. v.

Sự sinh khởi và tồn tại của tất cả mọi sự, mọi vật được xác định bởi những nguyên nhân và những điều kiện. Nguyên nhân và điều kiện kết hợp với nhau để tạo kết quả. Nói khác, nếu không có nguyên nhân thì sẽ không có hậu quả, khi nguyên nhân chấm dứt thì hậu quả liên hệ cũng chấm dứt; không có vật gì sinh khởi mà không đi tới chỗ chấm dứt. Những nguyên nhân khác nhau thì có những hậu quả khác nhau Theo Luật Nhân Quả thì cái gì được sanh khởi thì sẽ bị suy tàn: *"Khi con người sanh ra thì con người sẽ chết"* (When one is born, one will die); *"có thịnh thì có suy"*.

"Việc làm tốt sẽ sinh ra kết quả tốt, việc làm xấu sẽ sinh ra kết quả xấu". (Good causes bring good effects, bad causes bring bad effects): *"Nhân nào, quả nấy."*

"Ở hiền, gặp lành": có nhiều vị tự hỏi rằng có nhiều người luôn luôn làm việc thiện nhưng đời họ lại gặp lắm gian truân, thường bị hãm hại; còn những kẻ lừa gạt, cướp giựt tài sản của người khác thì vẫn sống phây phây trong cảnh giàu sang. Nhiều lý luận đạo đức siêu hình được vận dụng để trả lời vấn nạn này. Lý luận *đạo đức siêu hình* căn cứ vào tư tưởng của phong trào *Phật giáo Phát triển* (the Developmental Buddhism) /*Phật giáo Đại thừa* (Mahayana Buddhism) cho rằng do ảnh hưởng của luật nhân quả 3 đời: quá khứ, hiện tại và tương lai trong giòng sinh mệnh của con người.

Nói khác, quan điểm này cho rằng *"muốn biết những **nhân** trong quá khứ thì hãy nhìn những **quả** đang biểu lộ trong hiện tại, và muốn biết những quả ở tương lai thì nhìn những **nhân** đang tạo ra trong hiện tại."*

Tuy nhiên, Đức Phật lịch sử *luôn luôn im lặng* trước những *câu hỏi siêu hình* của các đệ tử, Ngài cũng đã không bao giờ giải thích điều gì dựa trên những ý niệm siêu hình.

3. Ảnh hưởng của Luật Nhân Quả vào đời sống của chúng ta:

Luật Nhân Quả có ảnh hưởng vào đời sống của chúng ta (The Law of Cause and Effect affects our life). Tư duy, thái độ và hành động của bạn đều tạo nên hậu quả riêng biệt mà nó biểu lộ có ảnh hưởng đến đời sống hằng ngày. Nếu bạn không hài lòng với những hậu quả mà bạn đã tạo ra thì bạn phải biến đổi những nguyên nhân.

Thay đổi tư duy, thay đổi hành động, biến đổi thái độ để tạo nên một đời sống mới. Từ đó chúng ta sẽ tìm những lợi ích của luật nhân quả để phát triển cuộc đời cho tốt đẹp hơn. Chúng ta có thể tóm lược các điểm chính sau đây:

a. Mọi việc, mọi sự đang xảy ra trong cuộc sống hằng ngày là hậu quả được tạo nên bởi một nguyên nhân riêng biệt. Những nguyên nhân này là những quyết định và những hành động mà chúng ta đang thực hiện trong cuộc sống. Dù cho các quyết định có ý nghĩa hay không có ý nghĩa, có ý thức hay vô thức thì quyết định ấy vẫn có thể chuyển biến về tính chất của hậu quả mà ta đang trải nghiệm trong cuộc đời.

Như vậy, luật nhân quả đã soi sáng cho ý tưởng về sự thành công. Từ ý tưởng này, để rút ngắn thời gian chúng ta có thể tìm hiểu về những gì mà người khác thành công; rồi chúng ta có thể bắt chước để hoàn thành sự thành công. Thêm vào đó chúng ta cần phải tìm hiểu thêm về con người của họ qua các biểu lộ mà họ có như:

- Cách quyết định,
- Thái độ,
- Hành động,
- Tập quán,
- Niềm tin,
- Cách đánh giá trị về cuộc đời,

Theo luật nhân quả thì không có việc gì xảy ra một cách ngẫu nhiên: - Sự thành công *không thể đạt được* nhờ *may rủi;* - sự thành công không thể quyết định được ở ngoài chúng ta. Nói cách khác, không có gì xảy ra một cách ngẫu nhiên ở trong cuộc đời này, các hậu quả mà ta tạo ra trong cuộc đời là kết quả của các nguyên nhân mà ta đã tạo ra. Tuy nhiên trong thực tế đã có nhiều trường hợp ngoại lệ: *"Hay không bằng hên"* (tục ngữ), có người học hành giỏi, có bằng cấp cao nhưng không có cơ hội có được việc làm tốt như một người có bằng cấp thấp hơn…

Chúng ta có thể chuyển đổi số phận hằng ngày bằng cách tạo nên một chuỗi của nhiều nguyên nhân và những điều kiện cùng hoàn cảnh của cuộc sống để hậu quả biểu lộ ra tốt hơn trong tương lai.

Tư duy có thể tạo nên được nguyên nhân?:
- Tư duy của bạn tạo nên một ý nghĩa cho hoàn cảnh.
- Tư duy của bạn có thể sáng tạo nên các biểu lộ trong cuộc sống thực tế của bạn.
- Những trải nghiệm trong cuộc đời phản ảnh những biểu lộ tư duy của bạn.

Do suy tư, chúng ta tạo ra được nguyên nhân có thực trong cuộc sống.

b. Theo luật nhân quả, chúng ta có *tự do để lựa chọn*:
- Chọn những cảm xúc của mình một cách ý thức hay không ý thức vào một thời điểm nào đó.
- Chọn được cách cư xử cho thích hợp với cách suy nghĩ về thế giới, về những người khác, về những sự kiện về chính chúng ta.

Như vậy, chúng ta có tự do chế ngự giòng tư tưởng của mình vào bất cứ lúc nào, tư tưởng tạo ra nguyên nhân dẫn đến hậu quả mà chúng ta trải nghiệm trong cuộc đời của mình. Có thể kết luận rằng chúng ta đã tự do chọn lựa kinh nghiệm của cuộc đời mình dù là có ý thức hay không có ý thức. Trong thực tế, có những trường hợp ta hết sức cố gắng (*nhân*) nhưng *kết quả* không đạt được như ý muốn: "*Học tài thi phận*".

Sự tự do lựa chọn (free choice) có nghĩa là tìm nhân tốt để được quả tốt.. Sự chuyển đổi là một hành trình tiến lần lần (transformation is a gradual journey), cần đòi hỏi thời gian, nên cần phải kiên nhẫn.

d. *Kết luận*:

Nguyên lý sâu xa của luật nhân quả là giúp chúng ta thấy rằng không có việc gì do ngẫu nhiên mà có thể xảy đến trong đời sống của chúng ta.

Chúng ta đều hiểu: hễ có **NHÂN**, thì có **QUẢ**, nhưng đồng thời chúng ta cũng biết là **NHÂN QUẢ KHÔNG CỐ ĐỊNH** vì nhân quả còn **tuỳ thuộc vào DUYÊN** (hay những trợ duyên). Nhân quả không cố định, **NGHIỆP cũng KHÔNG CỐ ĐỊNH**, nhờ vậy mà chúng sinh có thể tu sửa để **CHUYỂN NGHIỆP**.

Đức Phật có nói:"*Ta là Phật đã thành, chúng sinh là Phật sẽ thành*" để cho biết Nghiệp do Duyên sanh, cho nên Nghiệp không có tự thể cố định (*tánh Không*), dứt mọi duyên, dừng nghiệp, không tạo nghiệp mới nữa, tu sửa, hằng sống với trí tuệ bát nhã, đến khi sạch nghiệp thì trở về bản tánh chân thật, tức là **Phật tánh**.

Phật tánh là **Tánh Giác** sẵn có nơi mỗi người, khi **Mê** thì là chúng sinh, khi **Giác** rồi thì là **Phật**, là theo ý nghĩa đó vậy.

Nhờ Nhân quả không cố định, Nghiệp cũng không cố định, mà chúng ta có thể **chuyển NGHIỆP, chuyển bỏ VỌNG CHẤP** chuyển hướng đời mình, sống đời sống xứng đáng hơn, cố gắng hằng **TỈNH**, hằng **GIÁC** trong từng phút giây, để có thể có được an nhiên, tự tại, Niết-bàn tự Tâm.

II. **Nội dung của thuyết duyên khởi**

II.A. Mười hai loại nhân duyên trong thuyết duyên khởi:

Trong Tương Ưng Bộ Kinh II, Đức Phật đã liệt kê 12 loại nhân duyên như sau:

Vô minh, Hành, Thức, Danh sắc, Lục căn- Lục trần (Lục nhập), Xúc, Thọ, Ái, Thủ, Hữu, Sinh, Lão tử.

12 mắt xích thường được diễn tả như cái *bánh xe của đời sống* / bánh xe luân hồi (Sa. Bhavachakra, Av. The Wheel of Life).

Đức Phật nói "*thuyết Duyên Khởi*" là một chân lý đã có sẵn từ trước, thuyết này nói về bản tánh của hiện hữu (the nature of existence), và Ngài đã chứng ngộ thuyết này, nên Ngài mới đem khai thị cho đại chúng.

Chúng ta sẽ tìm hiểu mỗi thứ trong 12 Nhân Duyên (The Twelve Links of Dependent Origination) như sau:

1. **Vô Minh** (無明, Sa. *avidyā*, Pa. *avijjā*, Av. *Ignorance*) có nghĩa là không có sáng suốt, tức là không hiểu biết hoặc có biết nhưng mê muội, nhất là không thấu hiểu luật nhân quả.

Vô minh tạo điều kiện và sanh ra mắc xích tiếp theo là Hành...

2. **Hành** (行, Sa. *saṃskāra*, Pa. *saṅkhāra*, Av. *volitional formation*) là hành động có cố ý hay nghiệp (karma), hay hành động tạo tác nghiệp lành, dữ.

Hành tạo điều kiện và phát khởi ra mắc xích tiếp theo là Thức . . .

3. **Thức** (識, Sa. *vijñāna*, Pa. *viññāna*, Av. *conciousness*): hay là thần thức, khi chết nghiệp dẫn thần thức đi thọ sanh thân kế tiếp?.

Thức tạo điều kiện và phát khởi ra mắt xích tiếp theo là Danh sắc . . .

4.- **Danh sắc** (名色, Sa. và Pa. *nāmarūpa*, Av. *name & form/ corporeality & mentality*) là thân thể, là toàn bộ yếu tố tâm lý và sinh lý do sự kết hợp của ngũ uẩn mà tạo thành.
Có 4 uẩn thuộc về tâm lý là thọ, tưởng, hành, thức; 1 uẩn thuộc về vật lý là tứ đại: đất, nước, gió và lửa.

Có danh sắc thì phát sinh ra Lục nhập (Lục căn - Lục trần)

5.- **Lục nhập (Lục căn - Lục trần)** (六根, Sa. *ṣaḍāyatana*, Pa.*saḷāyatana* - 六塵, Av. six sense organs & their six objects):
   - **sáu căn** gồm có 5 giác quan và khả năng suy nghĩ: mắt, tai, mũi, lưỡi, thân, ý.
   - **sáu trần** gồm có: sắc, thanh, hương, vị, xúc và pháp (ý tưởng).

Khi mỗi căn của 6 căn tiếp xúc với mỗi trần tương ứng trong 6 trần thì sinh ra 6 thức (六識): nhãn thức, nhĩ thức, tỷ thức, thiệt thức, thân thức và ý thức.

Khi có sự gặp gỡ và giao thoa giữa căn, trần và thức thì phát sanh ra xúc.

6. - **Xúc** (觸, Sa. *sparśa*, Pa. *phassa*, Av. contact / sense impression): là tiếp xúc giữa căn, trần và thức.

Rồi xúc làm điều kiện phát sanh ra Thọ.

7.- **Thọ** (受, Sa., Pa. *vedanā*, Av. feeling / sensation) là cảm thọ của con người mới sanh với thế giới bên ngoài, tức là các phản ứng tâm lý phát sanh ra, thọ có 6 loại: mắt tiếp xúc với hình thể, tai tiếp xúc với âm thanh, v...v... Trải nghiệm của cảm thọ có khi dễ chịu, lạc thú (pleasurable), có khi khó chịu, đau đớn, đau khổ (painful, suffering), có khi trung tính (neutral); trải nghiệm này đưa đến sự ưa thích hoặc sự không ưa thích, ghét.

Thọ là điều kiện và làm phát sanh ra Ái.

8.- **Ái** (愛, Sa. *tṛṣṇā*, Pa. *taṇhā*, Av. craving or attachment) là lòng ham muốn một đối tượng. Có 6 loại như: sắc ái, thanh ái, hương ái, vị ái, xúc ái và pháp (ý tưởng) ái.

Ái là điều kiện và làm phát khởi ra Thủ.

9.- **Thủ** (取, Sa., Pa. *upādāna*, Av. cling or grasping) là bảo thủ, chiếm giữ cho mình, cho nên tạo nghiệp lành, dữ. Đây là mức độ rất mạnh của lòng tham muốn.
Thủ có 4 loại: 1. Dục thủ (sensual pleasures / desired objects), 2. Kiến thủ (mistaken views / bad views), 3. Giới cấm thủ (bad system of ethics and conduct), 4. Ngã luận thủ (views of self): tất cả chúng ta thường bám chặt vào bản ngã là do lòng tham muốn ở mức độ rất mạnh mẽ.

Thủ là điều kiện làm phát khởi Hữu.

10.- **Hữu** (有, Sa., Pa. *bhava*, Av. process of becoming/ existence): vì đã tạo nghiệp trong kiếp này, nên **phải có** ? thọ thân kế tiếp.
Hữu là toàn thể sự sống, sự hiện hữu hay tồn tại.

Hữu là điều kiện làm phát khởi Sinh.

11.- **Sinh** (生, Sa., Pa. *jāti*, Av. birth): do ái, thủ, hữu là nhân hiện tại cho nên phải tái sanh đời sau.

Sanh dẫn tới Lão và Tử.

12.- **Lão & Tử** (老死, Sa., Pa.. *jarāmaraṇa*, Av. aging and death): vì có sanh nên có già và chết.

Dây chuyền 12 nhân duyên đi đến mắt xích Lão - Tử, cứ tiếp diễn như vậy, rồi do nghiệp của đời sống này lại tạo nên đời sống kế tiếp, Lão - Tử là điều kiện làm phát khởi ra Vô minh. Cứ tiếp diễn như vậy không ngừng để tạo nên bánh xe luân hồi. Khi chết, nghiệp lực (karmic force) dẫn chúng sanh trở lại tái sanh (rebirth). Theo lời Đức Phật dạy thì chúng ta diệt trừ Vô minh để chấm dứt sanh tử luân hồi.

Thuyết duyên khởi nêu lên một dòng luân lưu như mắc xích của 12 nhân duyên.

Vô minh là không sáng suốt, là không có trí tuệ. Vô minh khiến ta chấp ngã và chấp pháp. Vô minh vốn không có tự tánh, vô minh do sự kết hợp của nhân và duyên nên chúng ta có thể thay đổi, chuyển hóa nhân, duyên, như vậy ta có thể tiêu trừ vô minh. Như trong đêm tối, ở trong nhà chúng ta bật đèn thì hết tối. Tương tự, khi phát khởi trí tuệ thì tâm thức vô minh sẽ tự nhiên không còn. Khi vô minh diệt thì *"hành"* theo đó cũng diệt, hành diệt thì *"thức"* theo đó cũng diệt v…v… hữu diệt thì *"sanh"* theo đó cũng diệt, sanh diệt thì *"lão"* theo đó cũng diệt. Lão diệt thì *"tử"* theo đó cũng diệt.

Vô minh bị tiêu diệt bởi ánh sáng của trí tuệ, khi vô minh bị tiêu diệt thì không thấy vô minh ở đâu. Trí tuệ tiêu diệt vô minh, nhưng nếu vô minh không hiện hữu thì sự tiêu diệt vô minh không có xảy ra:

"Vô vô minh, diệc vô vô minh tận"

dịch:
Không có vô minh, cũng không có sự tận diệt vô minh.
(there is no ignorance and no extinction of ignorance)

Như đã biết, khi nhân duyên hoà hợp thì các hiện tượng, các sự vật sinh thành, khi nhân duyên không còn hòa hợp thì vạn vật tan rã. Cho nên, sanh thành hay tận diệt đều là những hiện tượng không có tự tánh. Vì không có tự tánh nên không có thật. Như vậy, 12 nhân duyên và các pháp làm cho 12 nhân duyên hết (*vô minh tận = vô minh hết*) cũng không có trong cái Không ấy. Tương tự mọi cảnh ngộ, nghịch cảnh ở đời đều là tạm bợ như *"chớp bể mưa nguồn"*, như bức *"tranh vân cẩu"*, như *"bọt biển trong sóng nước"*…

Bồ-tát Quán-tự-tại chiếu quán thâm sâu thì thấy *"12 nhân duyên"* đều là Không, *không có tướng sanh khởi cho đến không có cái tướng tận diệt của 12 nhân duyên*. Tất cả các pháp hữu vi và pháp vô vi đều do duyên khởi, nên các pháp đều không thật có cho nên nói các pháp có tướng không. Mục đích của sự tìm hiểu và sự suy luận về *"tánh Không"* của 12 nhân duyên là phá vỡ cái dây chuyền mắc xích này.

3.2.2.2. *Phủ định Tứ Diệu Đế:*

- (Thị cố Không trung) **vô khổ, tập, diệt, đạo.**
dịch:
(Vì vậy cho nên trong tướng Không) *không có khổ, tập, diệt, đạo.*

Câu này thuyết giảng *"tánh Không"* của thuyết **Tứ Diệu Đế.**

TỨ DIỆU ĐẾ LÀ GÌ?

Bài thuyết pháp đầu tiên của Đức Phật đặt trọng tâm là "*Tứ Diệu Đế*" / *Bốn Sự Thật Cao Thượng*/ nhằm giúp chúng ta nhận thức được thực tại đời sống của con người và đưa ra con đường để hướng dẫn đến chỗ giải thoát khỏi những điều bất hài lòng trong cuộc đời.

Nội dung của Tứ Diệu Đế

Tứ Diệu Đế là 4 chân lý cao thượng gồm có:

1. **Chân lý về duhkha** (Pa. dukkha, Av. the noble truth of duhkha), thường gọi là Khổ đế (the noble truth of Suffering). Các đại sư Trung hoa đã dịch duhkha là khổ (Hv. 苦, Av. suffering) từ hàng ngàn năm trước. Thành thử đại chúng đều quan niệm trọng tâm lời Phật dạy là *"Đời là bể khổ"* (Life is suffering). Quan niệm này đã ảnh hưởng trong văn chương và đời sống của dân chúng:
"Thoát sinh ra thì đà khóc chóe,
Trần có vui sao chẳng cười khì."
(Nguyễn Công Trứ, *Chữ Nhàn)*

Như vậy cuộc đời bị nhìn qua một cặp kính màu tiêu cực, bi quan. Đây là một sự hiểu lầm về *"giáo lý của Đức Phật"*, về *trọng tâm triết học của Phật giáo.* Bởi vậy nhiều nhà nghiên cứu Phật học cho rằng Phật giáo là chủ nghĩa hư vô, là chủ nghĩa yếm thế.

Duhkha (Pa. Dukkha), Đức Phật đã dùng trong Kinh Chuyển Pháp luân, có một nghĩa rất rộng không chỉ giới hạn bởi các ý niệm như khổ sở (suffering), đau đớn (pain), buồn rầu (sorrow), chia ly (social alienation), lo âu (anxiety), căng thẳng (stress), điều không hài lòng (dissatisfaction)... Ví dụ như bịnh hoạn, già, chết, chia lìa, mất mát người thân yêu, bị bắt buộc sống với người mà mình không ưa thích . . . Chúng tôi xin đề nghị chúng ta dùng chữ *điều không hài lòng* (dissatisfactoriness) để thay thế tiếng Hán Việt khổ.

Phản nghĩa của *dukkha* (Pa.) là *sukha* (Pa.). Theo chiết tự thì *su* = tốt, *kha* = cái lỗ tròn của trục bánh xe; nếu lỗ trục tốt thì xe ngựa sẽ di chuyển dễ dàng và ngựa sẽ kéo xe với tốc độ cao mà không bị trở ngại gì cả. Sukha thường được dịch là không trở ngại, là hạnh phúc (happy).

Hai ý niệm dukkha và sukha có một sự liên hệ với nhau. Nếu chúng ta chưa trải nghiệm về dukkha (không hài lòng, khổ đau...) thì chúng ta khó nhận thức một cách sâu sắc và đánh giá đúng mức trải nghiệm về sukha (không trở ngại, hạnh phúc). *Sukha* được định nghĩa là trạng thái tự do xa lìa khỏi tham, sân và si; còn *dukkha* được định nghĩa là còn tùy thuộc vào ngũ uẩn, ngũ uẩn thì biến đổi liên tục. *Đức Phật không bảo chúng ta phải bỏ sukha*. Nói khác đi cuộc đời không chỉ có khổ mà cũng có những lúc con người được sung sướng (joyful) được hạnh phúc (happy). Ví dụ như: thi đậu, được học bổng đi du học, làm việc được thăng quan tiến chức, cưới được người mình yêu, ngay cả trong lúc làm tình (sexual intercourse) cũng cảm thấy sung sướng... Nhưng Đức Phật cho rằng hạnh phúc, sung sướng thì không kéo dài lâu, thay đổi luôn, do đó rồi dukkha, những điều không hài lòng, lại đến.

Đức Phật nói: *mọi sự, mọi vật đều thay đổi, đều vô thường* (every thing is impermanent) thì không chỉ Sukha bị thay đổi luôn mà dukkha cũng thay đổi luôn. Trong văn học Việt Nam, chúng ta cũng thấy diễn tả những thay đổi này:

"*Số khả bĩ rồi thời lại thái,
Cơ thường Đông hết, hẳn sang xuân.*"
(*Nguyễn Công Trứ*, Vịnh cảnh nghèo)

hoặc trong thành ngữ: "*Qua cơn bĩ cực đến hồi thái lai*" (Đã qua giai đoạn gian khổ và bắt đầu thời kỳ hưởng sung sướng).

Trong Kinh chuyển Pháp luân, Đức Phật nói "*dukkha*" đã xuất hiện trong đời sống bình thường qua các hoàn cảnh như sau:

a. Những điều kiện không được hài lòng về sự thay đổi hoàn cảnh, thay đổi vật lý và sinh lý như già, bịnh và chết.

b. Những điều kiện không được hài lòng về những cảm xúc tâm lý như buồn rầu, sầu khổ vì bị mất mát lớn như người thân qua đời, thất tình, tình duyên trắc trở, mất mát tài sản, mất việc làm, mất chức v. v…

c. Những điều không được hài lòng như phải sống với những người mình không ưa thích, hoặc sống trong hoàn cảnh mình không ưa thích.

d. Những điều không hài lòng như sự mong cầu điều gì mà không đạt được, thất vọng vì công danh lận đận, đau buồn vì bị thua cuộc trong canh bạc hoặc trong trò chơi chánh trị...

e. Con người thường bám víu vào những sự sung sướng, hạnh phúc vì nghĩ rằng nó sẽ bền lâu, nhưng thật ra chúng dựa vào những điều kiện hoàn cảnh: xã hội, gia đình, cá nhân và những điều kiện tâm lý cũng luôn luôn biến đổi trong đời sống hằng ngày. Những điều kiện vật lý-sinh lý và tâm lý đều được hợp thành bởi "ngũ uẩn", mà ngũ uẩn thì tùy thuộc lẫn nhau và biến đổi không ngừng, vì vậy con người sẽ trải nghiệm những điều mình không bằng lòng. Khi đang sung sướng hay hạnh phúc (sukha) thì đau đớn hay âu lo (duhkha) như đang ẩn tàng; và ngược lại, cứ như thế mà thay đổi liên tục không ngừng.

Lão Tử (老子, Trung Hoa, sống khoảng ở thế kỷ 4 tr. CN), trong quyển Đạo Đức Kinh (道德經) đã có ý tưởng tương tự: 禍兮 福 之 所 倚, 福 兮 禍之 所 伏 (*Họa hề phúc chi sở ỷ; phúc hề, họa chi sở phục*) chương 58, có nghĩa là "Họa là chỗ dựa của phúc, phúc là nơi ẩn náu của mối họa". Như vậy họa rồi phúc, phúc rồi họa cứ xen lẫn tiếp tục không ngừng. Nói khác khi gặp may phải phòng cái rủi ro do cái may ấy đưa đến, hoặc ngược lại; trong vinh quang ắt có nhục, và ngược lại.

Bởi vậy?, Nguyễn Công Trứ , trong bài thơ " *Vịnh Cây thông*" đã viết "*Khi vui muốn khóc/Buồn tênh lại cười*".

Heraclite cũng có ý nghĩ tương tự: "*Những trận đại thắng là những trận đại bại*" (Les plus grandes victoires sont les plus grandes defaites).

Nói tóm lại, duhkha không phải là một ý niệm trừu tượng, chúng ta ai ai cũng trải nghiệm qua duhkha trong cuộc đời của mình, có lúc nhẹ, có lúc nặng. Vì vậy Đức Phật giảng nguyên nhân của duhkha/ của tình trạng không được hài lòng.

Khi tìm hiểu về cuộc đời của Đức Phật Thích ca, chúng ta biết rằng khi Ngài còn là Thái Tử Siddhartha Gautama thì Ngài đã sống khép kín trong hoàng thành của vua cha nên Ngài đã không biết đời sống thực tế của con người bình thường như bịnh hoạn, chết chóc và đau khổ cho đến khi Ngài đi ra ngoại thành và chứng kiến được thực tại của cuộc đời như lão, bịnh, tử và các tăng sĩ tu khổ hạnh. Qua 4 trải nghiệm này, Ngài đã bắt đầu hiểu được cuộc sống ở xung quanh Ngài. Do đó Ngài đã quyết định xuất gia để đi tìm phương cách cứu độ chúng sanh vượt thoát sanh tử luân hồi. Sau khi Ngài giác ngộ, Ngài liền thuyết giảng lời dạy của mình ở Vườn Lộc Uyển (Deer Park):

"Này các thầy Tỳ Kheo! đến khi Như Lai *thấu triệt Bốn Diệu Đế/ Bốn Thánh Đế* (insight and understanding of the Four Noble Truths/Four Holy Truths), về *3 phương diện* (three stages) và *đủ mười hai phương thức*(twelve aspects) một cách hoàn toàn sáng tỏ thì đến lúc đó Như Lai mới xác nhận trước thế gian này gồm có cả chư Thiên (Gods), Ma vương (Maras), Phạm thiên (Brahmas), Đạo sĩ (Recluses), Giáo sĩ Bà-la-môn (Brahmans), Người (Humans) và Loài không phải người nữa (Some-Ones) rằng Như Lai đã đạt được Vô Thượng Chánh Đẳng Chánh Giác.Và rằng lúc ấy tri kiến và nhãn kiến phát sanh thì tâm của Như Lai được giải thoát và không còn lay chuyển. Đây là kiếp sống cuối cùng của Như Lai, Như Lai sẽ không bao giờ tái sanh nữa."

(Xem bài *Kinh chuyển Pháp luân*, dịch và chú của NVT)

2. Nguyên nhân của Duhkha (Sameda Duhkha, Av. the cause of Duhkha), đây là chân lý cao thượng thứ hai.

Duhkha là hậu quả của các lòng ham muốn, những đòi hỏi các điều mà chúng ta cho là hạnh phúc, nhưng chúng ta sẽ không bao giờ hài lòng mãi mãi những gì chúng ta đang có; và rồi những điều này thay đổi làm chúng ta không hài lòng.

Lòng tham luyến còn đưa đến sự bám chặt vào tư tưởng, quan điểm, lý thuyết và niềm tin. Chính nó phát sinh ra chủ nghĩa giáo điều (dogmatism), những thành kiến, cố chấp. Đây cũng là điều gây ra "*những sự không được hài lòng*" hoặc "*khổ đau cho người khác*".

3. Diệt trừ duhkha (Nirodha Duhkha, Av. the cessation of Duhkha), đây là chân lý cao thượng thứ ba.

Trong bài "*Kinh chuyển Pháp luân*", Đức Phật nói:
"Này các Thầy Tỳ Kheo! Đây là chân lý cao thượng về sự diệt trừ khổ đau. Đó là sự chấm dứt lòng ham muốn, không còn luyến tiếc."

Các phiền não, ham muốn, tiếc nuối cần phải được diệt bỏ. Trong "*Kinh Chuyển Pháp Luân*", Đức Phật đưa ra ý niệm về Nirvana (Pa. Nibbana; Hv. Niết-bàn). Nirvana nguyên gốc có nghĩa là thổi tắt lửa (blowing out/ putting out/ extinguishing a lamp or fire), thổi tắt đèn để chấm dứt lửa củi. Trong ý nghĩa triết học và tâm linh thì Nirvana có nghĩa là chấm dứt các phiền não, chấm dứt lòng ham muốn, lòng tiếc nuối để đạt được tình trạng an nhiên tự tại. Nirvana là sự chấm dứt tam độc: tham, sân và si.

Nirvana đạt được bởi Bát Chánh Đạo là con đường đưa tới tận diệt duhkha ở "*Chân lý Cao thượng thứ tư*".

4. Con đường dẫn đến sự diệt trừ duhkha = Bát Chánh Đạo. Đây là chân lý cao thượng thứ tư.

Trong bài "*Kinh Chuyển Pháp Luân*", Đức Phật đã chỉ dẫn con đường dẫn đến sự diệt trừ duhkha:

"Này các thầy Tỳ Kheo! Phép tu hành theo con đường ở giữa mà Như Lai đã ngộ là sự tu hành để phát triển nhãn quan, tri kiến, đưa đến sự an tịnh, trí tuệ cao siêu, giác ngộ và Niết-bàn là gì? – Đó là Bát Chánh Đạo[*1] (Hv. 八正道, Sa. Ārya 'ṣṭāṅga mārgaḥ, Pa Ariyo aṭṭhaṅgiko maggo, Av. Eightfold path).

Bát Chánh Đạo là con đường có 8 chi nhánh (eightfold) là: 1.- Chánh Kiến (正見, Pa. Samma ditthi, Av. Right view), 2.- Chánh Tư duy (正思唯, Pa. Samma sathkappa, Av. Right intention), 3.- Chánh Ngữ (正語, Pa. Samma vaca, Av. Right speech), 4.- Chánh Nghiệp (正業, Pa. Samma kammanta, Av. Right action), 5.- Chánh Mạng (正命, Pa. Samma ajiva, Av. Right Livehood), 6.-Chánh Tinh Tấn (正精進, Pa. Samma Vayama, Anh. Right Effort), 7.-Chánh Niệm (正念, Pa. Samma sati, Av. Right Mindfulness), 8.- Chánh Định (正定, Pa. Samma Samadhi, Av. Right Concentration)."

(Xem bài *Kinh Chuyển Pháp Luân* dịch và chú của NVT)

Đức Phật giải thích *'Tứ Diệu Đế"* như là một phương pháp để trị bịnh:
    a. *Thứ nhất* là ý thức về *triệu chứng* của cơn bịnh (the symptom).
    b. *Thứ hai* là phân tích tìm hiểu nguyên nhân của cơn bịnh (the diagnosis).
    c. *Thứ ba* là sau khi phân tích nguyên nhân cơn bịnh thì tìm phương cách cứu chữa cơn bịnh (the prognosis).
    d. *Thứ tư* là đưa ra toa thuốc để chữa trị cơn bịnh (the prescription).

"*Bốn Chân lý Cao thượng*" này đã chỉ dẫn một hành trình từ một con người có đời sống bình thường, được coi là có đặc tính duhkha ẩn tàng để tiến đến đời sống được tự do, an bình và hạnh phúc mà Đức Phật gọi là đạt được Nirvana.

(Xem thêm hai bài Tứ Diệu Đế và Bát Chánh Đạo của NVT, nguồn: như đã dẫn trên)

Bồ-tát Quán-tự-tại giảng rằng với phép tu *"trí tuệ siêu việt"* thì Ngài chiếu quán *"Tứ Diệu đế"* cũng là Không. Tứ Diệu đế là những ý niệm được nhận thức qua 18 giới vực; 18 giới vực không có tự tánh, nên Tứ Diệu đế cũng không có tự tánh: *"trong Không không có Tứ Diệu đế"*. Nói khác, Tứ Diệu đế chỉ truyền đạt ở mức độ tương đối, ở mức độ bình thường (conventional level), Tứ Diệu đế không hiện hữu ở mức độ tuyệt đối (ultimate level), vì vậy Tứ Diệu đế là Không. Cũng như tất cả các hiện tượng, Tứ Diệu đế không hiện hữu một cách tự tính (Four Noble Truths do not exist inherently), Tứ Diệu Đế chỉ là những khái niệm được Đức Phật lịch sử giảng dạy mà thôi.

3.2.2.3. Phủ định "trí tuệ" và phủ định "chứng đắc"

- (Thị cố Không trung) **vô trí diệc vô đắc**.

dịch:
    (Vì vậy cho nên trong tướng Không) *không có trí cũng không có chứng đắc*.

- **Trí** (wisdom) ở trong bài kinh có nghĩa là trí tuệ bát-nhã của những bậc Bồ-tát thấu rõ xuyên suốt *"tánh Không"* của vạn pháp.
- **Đắc** (attainment) để chỉ bậc Bồ-tát đạt được những phẩm chất thanh khiết qua quá trình thực hành con đường tâm linh. Những sự chứng đắc bao gồm những sự chứng đắc tạm thời

như sự hạnh phúc của việc tái sanh vào cõi cao hơn do phước báu tạo tác các nghiệp tốt, và sự chứng đắc tuyệt đối, vĩnh viễn như thần lực của bậc giác ngộ.

Trí tuệ là pháp tu cuối cùng của *"Lục độ Ba-la-mật-đa"*, Tâm Kinh nói : **"vô trí"** tức là nói **"vô Lục độ Ba-la-mật-đa"** nghĩa là phủ định *"Sáu pháp tu Ba-la-mật-đa"*. Tâm Kinh cho rằng 6 pháp tu này không có tự tánh mà chỉ có ở mức độ hiện tượng mà thôi.

LỤC ĐỘ BA-LA-MẬT-ĐA là gì?

Lục độ Ba-la-mật-đa/ Sáu phương pháp tu Ba-la-mật-đa (Six Paramitas) là 6 pháp tu để giải trừ các khổ ách của Đại thừa Phật giáo. *Paramita* có nghĩa là *"đi qua bờ bên kia"* tức là bờ của giác ngộ, của không còn sợ hải, của an nhiên tự tại, của an bình. Lục độ Ba-la-mật-đa là phép tu của hàng Bồ-tát.

Trong Phật pháp, *Lục độ Ba-la-mật-đa* gồm có 6 pháp tu như sau:

1.-**Bố thí Ba-la-mật-đa** (Srt. dana paramita, Av. Perfection of giving/ generosity):
Bố thí là hiến cho, chia sẻ, cung cấp. Pháp bố thí có 3 loại:
Tài thí là hiến tặng bằng tiền của, cơm ăn, áo mặc, công sức . . .
b.- Pháp thí là đem sở học, sở đắc của mình mà hướng dẫn, giáo dục, khuyên răn về đạo làm người . . .
a. *Vô uý thí* là giúp mọi người bớt sợ hải, bớt lo âu bằng lời nói hay bằng việc làm, bằng cách lắng nghe, vỗ về trấn an giúp người khác vơi bớt nỗi lo âu, sợ hãi.
Bố thí Ba-la-mật-đa vừa làm lợi ích cho người, vừa làm lợi ích cho mình.

Trong nhà Phật thường nói đến *Bố-thí tam luân không tịch*, có nghĩa là:
a. Bố-thí mà không thấy mình là người hiến cho.
b. Bố-thí mà không thấy ai là người nhận.
c. Bố thí mà không thấy có tặng vật nào để bố thí.

Trong nhà Phật cũng nói rằng Bố-thí mà còn chấp tướng thì không phải là Bố-thí Ba-la-mật-đa.

Theo tinh thần Bố-thí Ba-la-mật-đa của Kinh Kim Cang thì Bố-thí với *"tâm vô sở trụ"*, với tinh thần vô tướng thì tâm không dính mắc vì không mong cầu ước nguyện điều gì cả, Bố-thí như vậy thì tâm được an nhiên tự tại.

2. **Trì giới Ba-la-mật-đa** (Srt. Shila Paramita, Av. Perfection of morality/ discipline/ precepts training)

Trì giới là giữ giới luật. Giới luật là những điều cấm làm và không nên làm nhằm bảo vệ nhân cách đạo đức của hành giả.

Theo tinh thần Đại thừa, giới có 3 mức độ:
    a. *Nhiếp luật nghi giới*: Bồ-tát nghiêm trì giới luật, thu nhiếp thân tâm, giữ gìn tịnh hạnh.
    b. *Nhiếp thiện pháp giới:* Bồ-tát phải có đủ kiến thức và phương tiện để nhiếp phục chúng sanh, giúp họ chuyển hoá hướng thiện.
    c. *Nhiêu ích hữu tình giới:* Bồ-tát có hạnh nguyện thực hành chánh pháp để hoá độ chúng sanh.

3. **Nhẫn nhục Ba-la-mật-đa** (Srt. Kshanti Paramita, Av. Perfection of patience/ bear/ capacity to receive)

Nghĩa hẹp là sự kiên trì chịu đựng mọi nhục nhã, mọi trở ngại qua thời gian để vượt qua nỗi thống khổ thì mới có thể đạt được thành công. Nghĩa rộng là không khởi niệm khi đối duyên xúc cảnh, tâm không giao động vì hiểu rõ thật tướng các pháp đều có "*tánh Không*". Còn có nghĩa là "*vô sanh pháp nhẫn*".

4. **Tinh tấn Ba-la-mật-đa** (Srt. Virya Paramita, Av. Perfection of effort/ energy/ diligence):

Tinh là chuyên ròng, tấn là siêng năng. Tinh tấn là tinh chuyên và cần mẫn.

Hành giả phải luôn luôn phấn khởi, không lùi bước trước những chướng ngại trong cuộc đời cũng như trong việc tu học để đi tới chỗ thành công, đi tới chỗ chứng đắc. Hành giả không được chểnh mảng, không được chán nản, không được thối chí; đứng trước các trở ngại hành giả như người chèo thuyền ngược dòng sông, hành giả phải nỗ lực hết sức để chèo chống con thuyền đi đến bến bờ.

Tinh tấn đòi hỏi hành giả phải có ý chí quyết tâm và nghị lực vượt qua các chướng duyên để thành tựu cứu cánh.

5. **Thiền định Ba-la-mật-đa** (Srt. Dhyana Paramita, Av. Perfection of medication/ concentration): là sự an bình trong tâm.

Thiền định là suy niệm, là tập trung tư tưởng vào một đối tượng. Thiền định giúp nội tâm không bị quay cuồng bởi ngoại cảnh. Thiền định giữ tâm thức hành giả an nhiên tự tại trước những phong ba của cuộc đời. Nói khác, thiền định là phương pháp tu hành giúp thân và ý an bình qua sự thực hành đếm hơi thở, qua những bước đi bộ thoải mái, qua những lúc ngồi thư giãn và tập trung vào điều tốt lành.

Đức Lục tổ Huệ Năng định nghĩa *thiền định* như sau:
    "*Ngoại ly tướng là thiền*
    Nội bất loạn là định".
(bên ngoài tâm không vướng mắc với ngoại cảnh là *thiền*, bên trong tâm không loạn động là *định*)

6. **Trí tuệ Ba-la-mật-đa** (Srt. Prajna Paramita, Av. Perfection of Wisdom/understanding)

Trí tuệ Bát-nhã Ba-la-mật-đa là một *trí tuệ siêu việt*, có công năng giúp hành giả thấu hiểu mọi sự vật, mọi sự kiện để có khả năng *"vượt qua bờ bên kia"*, bến bờ của giải thoát, của giác ngộ, của an bình. Như đã biết, Phật giáo Đại thừa gọi *Prajna Paramita* là *"Mẹ của chư Phật"* (the Mother of all Buddhas). Tất cả những gì tốt đẹp, những gì thánh thiện đều được phát sinh từ Đức Mẹ Prajna Paramita.

Trí tuệ Bát-nhã Ba-la-mật-đa đồng nghĩa với chánh kiến trong Bát Chánh Đạo. *Trí tuệ Bát-nhã Ba-la-mật-đa* là một trí tuệ không còn phân biệt nhị nguyên, không còn phân biệt chủ thể và đối tượng. Đây là một trí tuệ siêu việt.

- Bồ-tát vận dụng trí tuệ Bát-nhã, thực chứng pháp thân, thấu triệt thực tướng của vạn pháp (thực tướng là tướng Không), nên khi đối duyên xúc cảnh tâm không khởi niệm, dù ngoại cảnh chuyển biến vô thường, Bồ-tát vẫn giữ tâm thanh tịnh, an nhiên.
- Bồ-tát đã quán triệt thật tướng của Bát-nhã, nhờ đó mà tuỳ duyên hoá độ chúng sanh.
- Bồ-tát tạo phương tiện, tuỳ căn cơ mỗi chúng sanh mà giáo hoá thích hợp cho có hiệu quả.

Kết luận: Trong sáu pháp tu Ba-la-mật-đa, chúng ta không thể nào nói pháp tu này hơn pháp tu kia. Cả 6 pháp tu hòa quyện lẫn nhau. Do đó khi thực hành một pháp tu này thì phải vận dụng 5 pháp tu kia để cùng hỗ trợ và giúp chúng ta thực hành pháp tu đó được thành tựu viên mãn. Khi thực hành một pháp tu Bát-nhã Ba-la-mật-đa một cách thâm sâu thì có nghĩa là chúng ta thực hành và phát triển tất cả 6 pháp tu cùng một lúc. Như khi thực hành pháp tu *"Bố thí"* thì chúng ta cũng thực hành pháp tu *"thiền định"* để tập trung vào việc bố thí, chúng ta phải dùng pháp tu *"trí tuệ"* để thông cảm hoàn cảnh người được bố thí . . .

Lục độ Ba-la-mật-đa là 6 phép tu hạnh Bồ-tát. Bồ-tát phải có đủ trí tuệ, từ bi và hạnh nguyện tự độ, độ tha, và tự giác, giác tha. Bồ-tát thấu triệt tánh Không, bình đẳng giữa mọi người, mọi sự, mọi vật thấy mình và người khác như nhau, mới có đủ nguyện lực cứu độ chúng sanh.

-**"Vô trí"** là không có trí, ở đây Tâm Kinh nói vì trí tuệ không có tự tánh nên gọi là vô trí. Đức Bồ-tát Quán-tự-tại giảng rằng trí tuệ của Bồ-tát để quán chiếu tánh Không thì cũng không có tự tánh. Hơn nữa, đối với trí tuệ dùng thiền quán của Bồ-tát thì trí tuệ cũng không hiện hữu tự chính nó. Chỉ có đối tượng biểu lộ trong tâm thức là Không. Tâm thức thuộc về *chân lý tương đối* (conventional truth). Nói tóm, *"trong Không không có trí"*.

-**"Vô đắc"** nghĩa là không có chứng đắc Phật quả, không có cái đạt được Phật quả. Phật tánh, Phật quả vốn có sẵn trong tâm, nên nói *"chứng đắc"* chỉ là khái niệm, chỉ là danh, chỉ là giả danh nên không có tự tánh.

"*Đắc* và *vô đắc*" đều thuộc vào chân lý tương đối. Cũng như tất cả các pháp, *đắc* và *vô đắc* thiếu tự tánh, chúng chỉ là các khái niệm mà thôi. Như vậy, "*trong Không không có đắc*". Trong phiên bản Tâm Kinh bằng tiếng Anh, chuyển ngữ từ tiếng Phạn, bản dài, đoạn này còn thêm "*no wisdom, no attainment, and even **no non-attainment**"* (vô trí, vô đắc, ngay cả vô vô đắc).

Vô vô đắc = đắc. Sau khi phủ định chấp ngã và chấp pháp trong thế gian pháp và xuất thế gian pháp, Bồ-tát đã thấu rõ tất cả các pháp đều không có trong "*tánh Không*". Bồ-tát đã thật sự "*đắc*" Phật quả và thành Phật.

Tóm lại, đoạn kinh này thuyết giảng cách thực tập thiền quán theo phép tu "*trí tuệ siêu việt*". Thiền giả phải tiếp tục suy niệm về "*tánh Không*" của tất cả các hiện tượng, các sự kiện với trí tuệ đi vào nhận thức "*tánh Không*" một cách trực tiếp. Theo con đường tu tập thiền quán này, sự nhận thức trực tiếp của chúng ta về "*tánh Không*" sẽ phát triển nhiều hơn. Cuối cùng, thiền giả sẽ đạt được một tâm lực như là một liều thuốc để giải độc vô minh/ ngu muội, khiến chúng ta tiêu diệt được mê mờ. Những mê mờ này là những chướng ngại cho tâm trí của chúng ta. Trong việc tu tập thiền định thường có 5 chướng ngại (còn gọi là 5 triền cái) làm ngăn che trí tuệ là: tham dục, sân hận, hôn trầm/ thụy miên, trạo cữ (*xao động, thân tâm không yên tĩnh*), nghi ngờ.

Khi không còn sự phân biệt giữa tâm thức chủ thể và đối tượng của tâm thức thì thiền giả đã vượt qua được những biểu hiện của nhị nguyên, trí tuệ đã hoà lẫn vào tánh Không như thể lấy nước đổ vào nước vậy.

Nói cách khác, trong đoạn kinh trên, thay vì Đức Bồ-tát Quán-tự-tại khẳng định rằng "*tất cả các hiện tượng, các sự kiện* (all things and events) *không có trong tánh Không* (In Emptiness there are no phenomena) thì Ngài đã đưa ra hàng loạt các phủ định, Ngài phủ định luôn cả những lời dạy của Đức Phật lịch sử như:

- *Ngũ uẩn.*
- *12 xứ, 18 giới vực.*
- *Thập nhị nhân duyên.*
- *Tứ Diệu đế.*
- *Lục độ Ba-la-mật-đa.*

Cuối cùng, Ngài còn phủ định sự am hiểu các học thuyết trên và cả kết quả của sự hiểu biết đó là: **vô trí, vô đắc** (no wisdom, no attainment*)*, thậm chí trong Tâm Kinh Phạn ngữ bản dài còn phủ định trên sự phủ định sở đắc nữa: "*không có trí, không có đắc, và **ngay cả không có không-đắc** (vô vô-đắc) nữa* (there is no wisdom, no attainment, and even no non-attainment). Một chuỗi các phủ định này nhằm để phá chấp, và phá chấp cả "*cái chấp vào cái phá chấp nữa*". Phá chấp đến tận gốc rễ; người đọc, tụng Tâm Kinh nên lưu ý rằng "*ngôn ngữ*" chẳng thể diễn đạt được hết ý, hành giả được ý thì phải quên lời, chớ chấp vào lời, vào chữ mà nghịch lại cái ý nội tại.

Tương tự Tâm Kinh, Kinh Kim Cang đã giảng dạy tinh hoa của triết lý phá chấp: *"Bồ-tát phải phát khởi cái tâm không bám trụ vào bất cứ cái gì".* (A Bodhisattva should give rise to mind that is not based on anything).

Kinh Kim Cang (Diamond Sutra), tên đầy đủ là *Kim Cang Bát-nhã ba-la-mật-đa Kinh* (Srt. Vajracchedika-Prajna paramita Sutra), có câu nói nổi tiếng là:

"*Ưng vô sở trụ, nhi sanh kỳ tâm*"

Việt dịch: "Cần phải không bám trụ vào bất cứ điều gì thì "cái tâm" mới phát khởi."

Anh văn: "Give rise to a mind that is not based on anything)

"Cái tâm" là cái gì vốn sẵn có nơi bản tánh của con người chứ không phải cái gì được sanh ra ở ngoài con người.

Theo truyền thống của Thiền tông bên Trung Hoa, Ngài Lục Tổ Huệ Năng tình cờ nghe câu kinh trên do một người đọc tụng Kinh Kim Cang khi Ngài đi ngang qua đường thì Ngài đắc đạo. Sau đó, Ngài Huệ Năng đi giảng đạo thiền, Ngài không biết chữ nên Ngài Pháp Hải đã ghi chép các lời giảng rồi kết tập lại thành quyển: *"Kinh Pháp Bảo Đàn"* (Av. The Platform Sutra of the Sixth Patriarch/ Hui-Neng)/ Kinh của Ngài Lục Tổ Huệ Năng.

Bát-nhã Tâm Kinh và *Kim Cang Bát-nhã Kinh* giảng dạy tinh thần phóng khoáng, không nên chấp vào một điều gì một cách dễ dàng, thí dụ như giáo điều, chủ nghĩa, học thuyết…, và bất cứ điều gì. Tuy nhiên phong thái phóng khoáng trong đời sống hằng ngày, có nhiều khi đã đưa một số sư giả (ngụy sư), ở trong một số thiền viện - đã có những ngôn ngữ và hành vi phóng túng không giữ gìn kỷ cương giới luật, họ đã làm cho người bình thường có ấn tượng không tốt về thành phần bất hảo này, điều này đã gây tổn thương không ít cho cửa chùa và thiền phong. Micheal Downing đã viết lại các câu chuyện làm bại hoại thiền phong ở San Francisco Zen centre trong quyển *"Shoes outside the door."*

(*Xem thêm* : Michael Downing, *Shoes Outside the Door*: Desire, Devotion, and Excess at San Francisco Zen Centre, Washington, D.C.:Counterpoint, 2001)

Do vậy, độc giả, hành giả phải thận trọng và dùng trí tuệ suy xét khi áp dụng tinh thần phá chấp trong cuộc sống hằng ngày để có đời sống theo đúng đạo lý cương thường.

4.- Khẳng định việc thực hành phép tu "trí tuệ siêu việt" sẽ đạt được giác ngộ: đoạn V và VI

4.1- đoạn V: Nguyên văn chữ Hán và Phiên âm Hán Việt:

V. 以 無 所 得 故 。菩 提 薩 埵 。依 般 若 波 羅 蜜 多 故 。心 無 罣 礙 。無 罣 礙 故 。無 有 恐 怖 。遠 離 顛 倒 夢 想 。究 竟 涅 槃 。

V.- Dĩ vô sở đắc cố, Bồ-đề-tát-đỏa y Bát-nhã Ba-la-mật-đa cố, tâm vô quái ngại, vô quái ngại cố, vô hữu khủng bố, viễn ly điên đảo mộng tưởng, cứu cánh Niết-bàn.

Việt dịch:

V.- Chính vì không có chỗ chứng đắc, nên Bồ-tát nương vào phép tu trí huệ siêu việt (Bát-nhã Ba-la-mật-đa), tâm không bị chướng ngại. Vì tâm thức không bị chướng ngại, cho nên Bồ-tát vượt qua được sự sợ hãi, xa lìa được những mộng tưởng sai lầm, và cuối cùng đạt được cứu cánh Niết-bàn.

A. **Chú thích**

- *sở*: chốn, cái chỗ, xứ sở.
- *đắc*: được, có. Phàm sự gì cầu hoặc ước muốn mà được đều gọi là đắc.
- *sở đắc*: những điều biết được trong sự nghiên cứu và kinh nghiệm. Điều đạt được trong sự tu tập.
- *sở học*: cái gì mình đã học hỏi. *Sở cầu*: cái gì mình tìm hiểu.
- *đắc đạo*: hay chứng đắc là đạt được chính đạo. *Đắc quả*: tu hành đạt được chính quả.
- *Bồ-đề tát-đỏa* (Srt. Bodhisattva), Hán Việt gọi tắt là *Bồ-tát*.
- *cố*: cho nên, lý do.
- *quái*: bị nhốt vào lồng, mất hết tự do.
- *quái ngại*: bị cản trở.
- *khủng bố*: sợ hãi.
- *điên đảo*: lộn ngược, đảo lộn, sai lầm.
- *mộng*: các cảnh vật hay sự kiện hiện ra trong lúc ngủ, đó là những dữ kiện từ quá khứ đã được tàng trữ trong tiềm thức và vô thức, hoặc do ý thức tưởng tượng hay kết hợp với các dữ kiện, với các pháp trần mà người nằm mộng tưởng như đang sống với cảnh thật; nhưng thật ra chẳng phải thực, nên gọi đó là mộng, là giả.

Như vậy mộng có nghĩa là giấc mơ, giấc chiêm bao, mơ tưởng, mơ ước.

mộng tưởng: điều mong ước cao xa, chỉ thấy trong giấc mộng.

- *Niết-bàn* (Srt. Nirvana, Hv. Niết-bàn, Ngài Cưu-ma-la-thập dịch là Vô vi): là trạng thái của tâm đã dứt sạch tất cả những phiền não. Niết-bàn không phải là một cảnh giới/ một cõi/một nơi, mà chính là một trạng thái của tâm giải thoát, an nhiên, tự tại.

B. **Giảng giải**

Đây là con đường thứ 5 cũng là con đường cuối cùng của công phu tu tập thiền quán để đạt được giác ngộ, khi ấy không còn gì để học hỏi nữa. Hành giả muốn đạt được con đường này thì phải hoàn thành 4 con đường tu tập về trước. Hoàn thành được con đường tu tập này, hành giả đạt được sự giải thoát khỏi luân hồi, vượt qua được tất cả mê lầm, vọng tưởng. Hành giả đã phát triển và đạt phẩm chất cao thâm của thân, khẩu, ý như bậc giác ngộ: **Phật**. Khi đó hành giả vượt qua được những chướng ngại và đi vào tình trạng nhìn thấy được tất cả các hiện tượng xuất hiện một cách trực tiếp và tương ứng với hành giả trong tâm thức như là *"nước hoà với nước"*. Tại giây phút này, hành giả đạt được Phật quả (Buddhahood), và không còn gì để học nữa. Nói khác đi, vì tâm thức không những nhận thức *"tánh Không"* một cách trực tiếp mà đồng thời còn ý thức được tất cả các hiện tượng một cách trực tiếp nữa, đó chính là trí tuệ siêu việt.

Nếu chúng ta nhận thức được bản tánh tương đối của tất cả các hiện tượng thì chúng ta sẽ hiểu rằng tất cả những sự vật và những sự kiện mà chúng ta đang trải nghiệm tuỳ thuộc vào tâm thức của chúng ta, và vào những biểu hiện của chúng. Tâm thức của chúng ta ảnh hưởng đến những biểu hiện của môi trường chung quanh, cho nên nếu tâm thức của chúng ta thanh tịnh, trong sạch thì sự biểu hiện của môi trường chung quanh chúng ta cũng trở nên trong sạch hơn. Nếu chúng ta làm trong sạch hoá tâm thức một cách trọn vẹn thì chúng ta sẽ nhận thức được những gì mà bậc giác ngộ đã có.

- Dĩ vô sở đắc cố,
dịch:
Chính vì ở chỗ không đắc này,

Vô sở đắc nghĩa là không có chỗ chứng đắc. Câu trên, Tâm Kinh đã nói: *"vô trí diệc vô đắc"*, Kinh nói *"vô đắc"* tức là Bồ-tát đã đắc rồi, nên *không còn chỗ nào đắc được nữa*. Khi nói *"vô sở đắc"* tức là Bồ-tát đã thực sự đắc Phật quả, đã thành Phật. Thật vậy, chúng ta không thể từ bỏ *"cái gì mà chúng ta không có"*, vì nếu từ bỏ cái gì mà ta không có tức là mắc vào cái vọng tưởng là chúng ta có cái để từ bỏ, thực ra thì chúng ta không có cái đó. Thí dụ: một *người ăn xin nghèo khổ* thì không thể nào nói đến việc từ bỏ của cải, từ bỏ danh lợi. Một người *không có* bằng *"Tiến sĩ"* chuyên môn của một ngành nào đó mà nói rằng mình không muốn *đạt được/ đắc* bằng *"Tiến sĩ"*, vì như thế người này tưởng tượng cái mà mình không thật có.

Muốn có *"sở đắc"* thì trước hết phải có *"sở học"* tức là cái gì mình đã học hỏi. Nhưng khi đạt được *"sở đắc"* rồi phải buông bỏ cái *"đắc"* đi, vì không còn chỗ nào để đắc nữa: *"vô sở đắc"*. Bồ-tát không còn chỗ nào đắc nữa, Bồ-tát đắc Phật quả. Nên Bồ-tát nương vào phép tu *"trí tuệ Bát-nhã"*/ Bát-nhã Ba-la-mật-đa. Nhờ nương vào phép tu *"trí tuệ Bát-nhã"* nên tâm thức không bị chướng ngại, không bị che mờ. Do tâm thức không còn bị chướng ngại nên không còn gì để sợ hãi, và xa lìa những mộng tưởng sai lầm cuối cùng đạt đến cứu cánh Niết-bàn. Khi không còn *"sở đắc"* tức là không còn cái gì để bám víu thì ta không còn cái gì để mất nên không còn điều gì để sợ hãi nữa. Như trường hợp một người đang đau khổ tận cùng, tức là không còn điều gì làm người ấy khổ sở hơn nữa, mà chỉ còn cách là vươn lên, đi tìm hạnh phúc mà thôi.

Ở đây, chúng ta cần nhắc lại rằng những sự chứng đắc của Bồ-tát, đặc biệt là sự chứng đắc con đường tu tập dẫn đến chỗ cứu cánh, không còn cái gì để học hỏi nữa, *sự chứng đắc này thì không có tự tánh*. Ngay cả sự đắc được Phật quả (Buddhahood) cũng không hiện hữu bởi chính nó, mà chỉ là sự in dấu của tâm thức mà thôi. Nói khác, những sự chứng đắc của Bồ-tát thì không có tự tánh. Bởi vì những sự chứng đắc không có tự tánh nên không có sự thành tựu chứng đắc nào cả.

- Bồ-đề-tát-đỏa y Bát-nhã Ba-la-mật-đa cố, tâm vô quái ngại, dịch:
Bồ-tát nương vào phép tu trí huệ siêu việt/ Prajnaparamita, nên tâm không bị chướng ngại,

Bồ-tát đã nương vào pháp tu *"trí tuệ siêu việt"* tức là Bồ-tát suy niệm về tánh không, nên không còn có chỗ nào che mờ nơi tâm thức mình cả. Bồ-tát đã thành tựu hoàn toàn, và chứng đắc được cứu cánh tuyệt đối là **Phật quả** (Buddhahood), tức **Bồ-tát đã giác ngộ**.

- vô quái ngại cố, vô hữu khủng bố,
dịch:
Bởi vì tâm thức không có chỗ chướng ngại cho nên Đức Bồ-tát vượt qua được sự sợ hãi,

Bồ-tát nương vào phép quán *"Prajna Paramita/ trí tuệ siêu việt"* nên thấy suốt được *"tất cả các sự vật, tất cả các sự kiện"* (all things, and events) đều có tánh không, bởi vì chúng không có tự tánh. Nên chúng không phải là những trở ngại trong cuộc đời, chúng sẽ biến chuyển, chúng sẽ không tồn tại, do đó chúng không gây ra sự sợ hãi. Bồ-tát với tâm thức không bị chướng ngại nên Bồ-tát vượt qua được sự sợ hãi. Vài chướng ngại điển hình:
- *bệnh hoạn* là một trở ngại lớn cho con người, gây ra mối âu lo về sự tử vong. Tuy nhiên nếu thấu hiểu con người *"có sanh thì phải có tử"*, và cơn bịnh có thể bình phục thì con người không còn sợ hãi trước cơn bệnh nữa.
- *đau khổ* vì tình yêu đổ vỡ, gia đình ly tán sẽ gây sự lo âu, sợ hãi. Nhưng nếu hành giả nhìn thấy những sự kiện ấy là những gì sẽ đi qua, là những điều không thực có thì con người sẽ vượt qua được sự khổ đau ấy.

Nói tóm, bởi vì tâm thức không có chỗ che mờ nên Đức Bồ-tát và hành giả sẽ vượt qua các chướng ngại và chiến thắng được sự sợ hãi.

- viễn ly điên đảo mộng tưởng, cứu cánh Niết-bàn.

dịch:
xa lìa được những mộng tưởng sai lầm, và cuối cùng đạt được Niết-bàn.

Trong lúc thức tỉnh, con người có khi bị ảo giác làm mê mờ, thí dụ như trong đêm tối thấy sợi dây thừng thì tưởng rằng đó là con rắn. Còn giấc mộng là những trải nghiệm, những ảo tưởng trong tâm thức khi đang ngủ. Các sự việc trong giấc mơ thường không thể xảy ra được, hoặc không giống thực tế, các giấc mơ thường nằm ngoài sự điều khiển của người nằm mơ. Đôi khi người nằm mơ có thể trải qua những cảm xúc mãnh liệt, kinh hoàng khi đang mơ một điều gì.

Tuy nhiên cũng có những mộng tưởng xảy ra trong lúc thức tỉnh, những mộng tưởng này có thể sai lầm, vài thí dụ như:

- Do sự tham lam che mờ, anh em, cha con tranh giành quyền lực rồi hãm hại lẫn nhau. Quốc gia này tranh giành quyền lực, quyền lợi với quốc gia khác mà sanh ra chiến tranh, gây hoang tàn đổ nát, chết chóc trên quê hương. Điều này gây biết bao sự thống khổ và sự sợ hãi. Tranh chấp về chủ thuyết, giáo điều cũng gây nên chiến tranh. Vì quyền lợi, danh vọng, con người có thể tương tàn, tương sát gây nên khổ nạn ở mọi nơi: từ gia đình đến xã hội thậm chí lan rộng đến quốc gia. Dục vọng của con người càng to lớn thì càng tạo nên nhiều thống khổ cho chúng sanh.

- Có một số kẻ có nhiều tham vọng, trong sinh hoạt của các tổ chức tôn giáo hoặc các hội thiện nguyện, họ muốn nổi danh, họ muốn làm chức vụ này nọ như chức vụ Hội trưởng, Thượng Tọa, Hoà Thượng, Giáo Chủ thậm chí có người tự phong cho mình là "*Vô Thượng Sư*". Họ đi đó đi đây, cũng giảng Phật Pháp, nhưng ngay *ngũ giới cấm* họ cũng phá giới. Họ có vọng tưởng, nói điều càn dở, chuyện có nói không, chuyện không nói có. Tất cả đều do tà niệm, đều là những mộng tưởng sai lầm. [*Ngũ giới cấm dành cho người Phật tử bình thường gồm có: 1. Không sát hại sanh mạng. 2. Không trộm cướp. 3. Không tà dâm. 4. Không uống rượu say sưa. 5. Không nói dối, xảo trá, thêu dệt đủ điều*]

- Có những người hết lòng kính trọng Tam Bảo. Lòng sùng đạo đôi khi che mờ lý trí. Họ vái lạy bọn Sư giả, bọn này mặc áo cà-sa để che đậy những việc làm ô uế nơi cửa chùa. Nhà văn Huỳnh Trung Chánh đã viết nhiều truyện ngắn trong tập truyện "*Cửa Thiền Dính Bụi*" để đả phá kẻ ngụy sư làm dính bụi mờ trong các chùa chiền.
(*Xem thêm*: Huỳnh Trung Chánh, *Cửa Thiền Dính Bụi*, California: Phật học viện Quốc tế, 1991)

Người Phật tử với trí tuệ sáng suốt phải ý thức rằng:
   "*Cái áo không làm nên thầy tu*"
Đây là câu tục ngữ rất nổi tiếng trong văn học nước Pháp: "*L'habit ne fait pas le moine*" (Av. The habit does not make the monk).

Người Phật tử dùng trí tuệ để nhận thức sâu sắc thế nào là đạo đức giả, thế nào là một nhu cầu chánh trị, thế nào là một nhu cầu tôn giáo. Người Phật tử sáng suốt đừng chỉ phán đoán trên cái bề ngoài, trên áo thầy tu mà nên phán đoán trên phẩm hạnh của vị Tăng Ni. Nói rộng ra, là người có trí tuệ không đánh giá người khác dựa vào bề ngoài của người ấy. Hành giả quán triệt "*trí tuệ siêu việt*" tâm thức không còn bị che mờ thì phải ý thức rằng mình cần phải xa lìa những mộng tưởng sai lầm.

Khi Bồ-tát vượt qua được các trở ngại, vượt qua được nỗi sợ hãi, xa lìa được những mộng tưởng sai lầm thì cuối cùng Ngài đạt được **niết-bàn**. Như đã nói, *niết-bàn không phải là một cảnh giới, một nơi/ một cõi mà là một trạng thái của tâm thanh tịnh, khinh an, tự tại*.

4.2- đoạn VI: *Nguyên văn chữ Hán và Phiên âm Hán Việt:*

VI.三世諸佛。依般若波羅蜜多故。得阿耨多羅三藐三菩提。

VI.-Tam thế chư Phật, y Bát-nhã Ba-la-mật-đa cố, đắc A-nậu-đa-la tam-miệu tam-bồ-đề.

dịch:

VI.- Tất cả các Đức Phật xuất hiện trong 3 thời: quá khứ, hiện tại và tương lai nhờ dựa trên *trí huệ siêu việt* mà hoàn toàn đạt được giác ngộ tối cao, chánh đẳng, chánh giác và viên mãn.

A. Chú thích

- *Tam thế chư Phật*: các vị Phật trong ba thời:
- Phật quá khứ: *Đức Phật A-di-đà* (Amitabha Buddha).
- Phật hiện tại: *Đức Phật Mâu-ni* (Sakyamuni Buddha).
- Phật tương lai: *Đức Phật Di Lặc* (Maitreya Buddha)

- *A-nậu-đa-la tam miệu tam bồ-đề* (Srt. Anouttara –Samyas- Sambodhi), chiết tự như sau:
- *A*: vô
- *A-nậu-đa-la* (Srt. Anouttara): vô thượng, cao hơn hết.
- *tam-miệu* (Srt. Samtas): chánh đẳng.
- *tam-bồ-đề* (Srt. Sambodhi): chánh giác, Phật quả, Phật đạo.
- *tam* (Srt. Sam): biến khắp cả.
- *bồ-đề* (Srt. Bodhi): đạo, giác.
- *tam-miệu tam-bồ-đề*: Chánh đẳng chánh giác.
- *A-nậu-đa-la tam miệu tam bồ-đề*: vô thượng, chánh đẳng, chánh giác.
- *Chánh giác*: tức là trí tuệ giác ngộ đúng chân lý, căn nguyên vũ trụ.

Đây là nói về cái quả giác ngộ cùng tột, tuệ giác, tối thượng, đó là quả vị Phật. Thí dụ: lúc Đức Phật lịch sử thành đạo dưới gốc cây bồ-đề thì các vị Tăng Ni và Phật tử nói rằng Ngài đã đắc quả "*A-nậu-đa-la tam miệu tam bồ-đề*".

B.- Giảng giải

Prajna Paramita là "*Mẹ của chư Phật*", tức là Mẹ của chư Phật trong thời quá khứ, thời hiện tại và thời tương lai.

Tâm Kinh giảng rằng không những Bồ-tát mà tất cả các chư Phật ở 3 thời: quá khứ, hiện tại và vị lai đều nương theo phép tu thiền quán "*Prajna Paramita/ trí tuệ siêu việt*" này để đạt thành quả giác ngộ tối cao, chánh đẳng, chánh giác và viên mãn; đây là chỗ rốt ráo của phép tu này. Xin nhấn mạnh rằng toàn bài Tâm Kinh chỉ giảng dạy phép tu thiền quán *"trí tuệ siêu việt"* / *Prajna Paramita* mà thôi.

Ngay cả bất cứ chúng sanh bình thường nào cũng đều có thể tu chứng đắc giác ngộ viên mãn để thành Phật. Phật giáo quan niệm giữa **Phật** (bậc giác ngộ) và **con người** (chúng sanh chưa giác ngộ) chỉ khác nhau ở chỗ nhận thức đúng hay không đúng về thực tại. Khi con người đạt được tri thức xác thực về thực tại, hay giác ngộ (Srt. Bodhi, Av. Enlightenment) thì lúc ấy giữa **con người** và **Phật** *là một*, không còn có sự phân biệt nữa. Đạt được giác ngộ là thể hiện được *Phật tánh* (Buddha nature), tức là đạt được thực tánh của con người, tức là **Phật**. **Phật quả** (Buddhahood) hay **thành Phật** không có nghĩa là con người trở thành một cái gì mà trước đây mình *"không có"*/ *"không là"* mà chính là con người nhận thức được cái mình *"thật sự có / thật sự là"*. Phật chính là con người đạt được thực tánh của mình. Đây là điều mà Bồ-tát Quán-tự-tại đã giảng: tự tánh của ngũ uẩn là Không:

"**Ngũ uẩn giai không**".

Lúc ấy *thế giới hiện tượng và thực tại tuyệt đối là một* theo đúng tính cách bất nhị (non-dualistic), đây là nền tảng của thuyết bất nhị (non-dualism).

5. *Câu thần chú: đoạn VII*

Nguyên văn chữ Hán và Phiên âm Hán Việt:

VII. 故 知 般 若 波 羅 蜜 多 。是 大 神 咒 。是 大 明 咒 。是 無 上 咒 。是 無 等 等 咒 。能 除 一 切 苦 。真 實 不 虛 。

VIII. Cố tri Bát-nhã Ba-la-mật-đa, thị đại thần chú, thị đại minh chú, thị vô thượng chú, thị vô đẳng đẳng chú, năng trừ nhất thiết khổ, chân thật bất hư. Cố thuyết Bát-nhã Ba-la-mật-đa chú, tức thuyết chú viết:
Yết-đế yết-đế, ba-la-yết-đế, ba-la-tăng-yết-đế, bồ-đề tát-bà-ha.

dịch:

VIII. Do đó mọi người phải biết rằng *Bát-nhã Ba-la-mật-đa* là đại thần chú, là thần chú của *trí tuệ siêu việt* (the mantra of the perfection of wisdom), là thần chú vô song, là thần chú vô giá, có công năng tận diệt tất cả các khổ não, đây là điều xác thực, không có gì lầm lẫn. Thần chú này được nói ra bởi *Prajna Paramita*, vậy nên đọc câu chú như vầy:
Gate Gate Paragate Parasamgate Bodhi Svaha.

Việt dịch câu thần chú:

Đi qua, đi qua, đi qua bờ bên kia, đi qua hẳn bờ bên kia, Giác Ngộ, vui thay!

hay

Đi qua, đi qua, đi qua bờ bên kia, đi qua hẳn bờ bên kia, hỡi Giác Ngộ, xin đảnh lễ!

Anh ngữ:

Go, go, go beyond, go completely beyond, Enlightenment, Fulfilling!

hay

Go, go, go beyond, go completely beyond, Awaken- Hail!

A.- Chú thích

- *Chú* (Srt. Mantra, Hv. Chân ngôn, Av. Sacred utterance/ Spell) = lời nguyện cầu, còn có ý nghĩa dẫn dụ tán thán công đức.

Chữ Mantra, nguyên gốc, đã có nhiều tôn giáo Ấn độ sử dụng. Các tín đồ Ấn độ giáo tin rằng trì tụng mật chú có thể nương tựa vào ngữ ngôn, danh hiệu và hiệu lệnh bí mật của quỷ thần, từ đó có thể giải quyết được tất cả những việc khó khăn mà sức người không làm nổi.

- *Đại thần chú*: thần chú lớn có nghĩa là thần chú có thần lực cực lớn có thể chuyển dời hay thay đổi mọi sự, mọi việc.
- *Đại minh chú*: chú cực kỳ sáng chói, chú này có năng lực chiếu phá tất cả tối tăm, ngu si, chiếu phá vô minh.
- *Vô thượng chú*: chú cao nhất, không có chú nào cao hơn.
- *Vô đẳng đẳng chú*: chú này không có chú nào sánh cho kịp.
- *năng trừ nhất thiết khổ*: thần chú có công đức vĩ đại, do đó thần chú diệt trừ được tất cả (*nhất thiết*) các thống khổ, các khổ ách một cách rốt ráo.
- *chân thật bất hư*: điều xác thực, không có gì lầm lẫn cả.
- *tức thuyết chú viết*: liền nói chú rằng.

B. Giảng giải

5.1. Diệu dụng của Tâm Kinh:

Trong bài Tâm Kinh, chúng ta thấy phép tu quán chiếu *trí tuệ siêu việt* hay *trí tuệ Bát-nhã* có một công đức to lớn nên Đức Phật đã khen ngợi vô cùng. Đoạn này Đức Phật nói lên cái diệu dụng vô cùng của "*Bát-nhã Ba-la-mật-đa*". "**Trí tuệ Bát-nhã**" có công năng như là đại thần chú, như là thần chú cực sáng, như là thần chú vô song, có công năng diệt trừ tất cả khổ đau, đây là điều xác thực, không có gì lầm lẫn.

Thực hành "trí tuệ Bát-nhã" tức là quán chiếu ngũ uẩn đều có "*tánh Không*". Khi thấy ngũ uẩn đều là Không thì sẽ thấy ngã cũng là Không, kéo theo là pháp cũng Không, rồi 6 trần ở bên ngoài cũng Không. Thân tâm bên trong không có ngã/ *vô ngã*, còn 6 trần bên ngoài không có pháp/ *vô pháp* thì tất cả khổ ách đều bị diệt trừ.

Trong Tâm Kinh, tâm nguyện của chúng sanh có hai điều:

a. Thứ nhất là nguyện cầu vô khổ, tức là lời nguyện rằng chú có thể diệt trừ tất cả khổ ách.

b. Thứ hai là nguyện cầu an lạc.

Trong Tâm Kinh thì phần trên được coi là *hiển chú*, hiển chú là câu chú giảng rõ ràng ý nghĩa. Còn câu thần chú ở cuối bài kinh thì gọi là *mật chú*. Câu mật chú như là một tiếng thét làm thức tỉnh hành giả. Mật chú thường được quan niệm là "*bí mật*" nên có nhiều quan niệm nói rằng đã là mật thì không thể giải thích được, vì nếu giải thích thì mật chú bớt linh nghiệm, chỉ cần tin và trì chú thì công năng thần diệu của mật chú không thể nào đo lường được. Nhưng ngày nay, các quan niệm mới cho rằng chúng ta cần phải hiểu ý nghĩa ẩn tàng của mật chú để khi trì tụng mật chú thì hiểu được lời nguyện của mình. Theo quan niệm mới này, chúng tôi sẽ mạo muội tìm hiểu ý nghĩa của câu mật chú hay thần chú trong Tâm Kinh.

5.2. Ý nghĩa câu thần chú:

a. Phiên âm Hán Việt và Việt dịch:

Câu thần chú duy nhất trong *Bát-Nhã Ba-La-Mật-Đa Tâm Kinh (Prajna paramita hridaya Sutra)* là:

Yết Đế Yết Đế Ba La Yết Đế   ***Ba La Tăng Yết Đế***   ***Bồ Đề Tát Bà Ha***
"Đi! Đi! Đến bờ bên kia!   Đại chúng đều đi!   Nguyện mau chóng thành tựu đạo
                                       quả chánh giác"

(Cố Hòa Thượng Thích Đức Niệm dịch, *Tâm Kinh Yếu Giải*, North Hill: Phật Học Viện Quốc Tế, CA, USA, 1998, tr. 193)

hay

"*Đi qua, đi qua, đi qua bờ bên kia, đã đi đến bờ giác ngộ! thật lành thay!*

b. *Phiên âm Sanskrit-Latin*:
Gate Gate Pāragate Pārasaṃgate Bodhi Svāhā

c. *Giải thích* theo ngôn từ của câu thần chú:

- *gate*: (yết-đế) = đi qua.
- *paragate*: (ba-la-yết-đế) = đi đến bờ bên kia.
- *Parasamgate*: (ba-la-tăng-yết-đế)= đã đi qua tới bờ bên kia hoàn toàn, *hoặc* đại chúng cùng nhau đi qua bờ bên kia.

- *bodhi*: (bồ-đề) = sự giác ngộ.
- *svaha*: (tát-bà-ha) = tán thán từ có nghĩa là ngợi khen, tiếng reo lên vì vui mừng hoặc vì đã đạt được ước nguyện.
- *bodhi svaha*: đến bờ giác ngộ! thật lành thay!

d.- Đức Dalai Lama thứ 14 giải thích câu thần chú :

Đức Dalai Lama thứ 14, Tenzin Gyatso, đã chú giải và dịch câu thần chú trên như sau:

"In Sanskrit, . . . , *gate gate* means *"go, go"*, *paragate* means *"go beyond"*, *parasamgate* means *"go totally beyond"*, and *bodhi svaha* can be read as *"be rooted in the ground of enlightenment"*. Thus, the entire mantra itself can be translated as *"Go, go, go beyond, go totally beyond, be rooted in the ground of enlightenment"*. We can interpret this mantra metaphorically to read *"Go to the other shore"*, which is to say, abandon this shore of samsara, unenlightened existence, which has been our home since beginningless time, and cross to the other shore of final nirvana and complete liberation".

(The Dalai Lama, *Essence of the Heart Sutra*, translated and edited by Geshe Thupten Jinpa, Boston: Wisdom Publications, 2002, p. 130-131)

Dịch:

"Trong tiếng Sanskrit, . . . , *gate gate* nghĩa là *"hãy đi, hãy đi"*, *paragate* nghĩa là *"hãy đi qua bên kia"*, *parasamgate* nghĩa là *"hãy đi hoàn toàn qua bên kia"*, và *bodhi svaha* có thể đọc như là *"hãy được cắm rễ/an trụ vào trong lòng đất giác ngộ"*. Chúng ta có thể giải thích câu thần chú này một cách ẩn dụ bằng cách đọc ngắn lại : *"Hãy đi qua bờ bên kia"*, có nghĩa là hãy rời bỏ bờ bên này của vòng sinh tử luân hồi, của một hiện hữu chưa được giác ngộ mà nó đã là ngôi nhà của chúng ta từ vô thuỷ đến nay, và hãy đi qua bờ bên kia của cứu cánh Niết bàn và của sự giải thoát hoàn toàn".

*
* *

III. Phần Kết luận - bổ sung theo Tâm Kinh Phạn ngữ, bản dài.

Xin được nhắc lại: Bản TK Hán ngữ của Ngài Huyền Trang chỉ có 260 chữ Hán, được viết theo thể văn trường hàng, là thể văn xuôi. Vì là bản ngắn nên không có *phần mở đầu* và *phần kết luận*. Để có thêm những thông tin về đề tài, thời điểm, địa điểm, thính chúng và vị Giảng sư của Tâm Kinh . . . Chúng tôi đã dịch và bổ sung hai phần nầy căn cứ vào bản Tâm Kinh Phạn ngữ bản dài. Tôi đã tham khảo thêm nhiều bản dịch ra tiếng Anh, đặc biệt là hai bản dịch của *Đức Đạt-lai Lạt-ma thứ 14 Tenzin Gyatso*, do Geshe Thupten Jinpa dịch ra Anh ngữ, trong quyển *"Essence of the Heart Sutra"*; và bản dịch của *Donald S. Lopez*, Ph.D., Giáo sư tại Đại học Michigan, Mỹ, trong quyển *"The Heart Sutra Explained: Indian and Tibetan Commentaries"*.

Sau đây là **Phần Kết luận** của Tâm Kinh Phạn ngữ bản dài:

"Tỳ-kheo Sharipputra (Xá-lợi-tử), Bồ-tát Avalokiteshvara (Bồ-tát Quán-tự-tại) phải tu học phép quán Bát-nhã Ba-la-mật-đa bằng cách đã giảng trên.

Liền sau đó, Đức Phật Mâu-ni xả thiền, và nói với Bồ-tát Avalokiteshvara, chư vị Bồ-tát khác, chư Thiên, chư thần, chư Tăng Ni cùng các thiện Nam tín Nữ, . . . rằng: "Thật là quá giỏi! quá giỏi! Ồ! Chư đại chúng! đó chính là như vậy, đó phải là như vậy! Quý vị phải thực hành thâm sâu phép tu "trí tuệ siêu việt" theo cách mà Bồ-tát Avalokiteshvara đã giảng giải. Sau khi Đức Phật thốt ra lời nói này thì Tỳ-kheo Sharipputra, Bồ-tát Avalokiteshvara và toàn thể thính chúng khác như chư Thiên, chư Thần, chư Bồ-tát, chư Tăng Ni cùng các thiện Nam tín Nữ... đều vui mừng và nhiệt liệt tán thán."

Giảng giải

Trong lúc Đức Phật tham thiền ở tầng cấp phát ra ánh sáng!, Ngài suy niệm về *"Tánh Không"*, Ngài đã theo dõi và truyền thần lực! cho Bồ-tát Avalokiteshvara giảng những gì mà Đức Phật muốn giảng. Ngài đã gián tiếp giảng bài Kinh này. Đức Phật đã rất vui lòng chấp thuận câu trả lời của Bồ-tát Avalokiteshvara vì đó chính là quan điểm của Ngài.

- *Tathagata* (Hv. Như-Lai) ý chỉ Đức Phật. Ngài thường xưng mình là Tathagata khi nói với các đệ tử.

- **Đức Phật đã có 3 lần chuyển Pháp luân** :
    a. Lần chuyển Pháp luân đầu tiên là bài *"Tứ Diệu Đế"* thuộc triết lý Phật giáo Nguyên thủy và Phật giáo Thượng Tọa Bộ, ở tại vườn Deer Park (Hv. Vườn Lộc Uyển), thuộc Sarnath.
    b. Lần chuyển Pháp luân thứ hai là bài *"Tâm Kinh"* (*Prajna Paramita*) ở tại Vulture Peak (Hv. đỉnh núi Linh-Thứu), thuộc triết lý Đại thừa (Mahayana).

c. Lần chuyển Pháp luân thứ ba là bài *"Trái tim của sự tỉnh thức"* (The Heart of Awakening) ở tại Vaishali, cũng thuộc triết lý Đại thừa.

- Trong phần kết luận của Tâm Kinh Phạn ngữ bản dài, chúng ta nhận thấy Đức Phật Thích ca đã *"chấp thuận"* (approved) câu hỏi của Tỳ-kheo Shariputra và câu trả lời của Bồ-tát Avalokiteshvara. Mặc dầu đây là câu hỏi và câu trả lời của hai vị đệ tử thân cận và cao cấp, nhưng thật ra câu hỏi và câu trả lời đều được gợi ý (inspiration) qua thần thông (power) của Đức Phật.

Như đã nói ở phần mở đầu của Tâm Kinh Phạn ngữ bản dài, Đức Phật đã nhập vào tầng thiền *"ánh sáng thâm sâu"* (the profound Illumination), do thần lực của tầng thiền này Ngài đã gợi ý và nhận thức những gì mà hai vị Tỳ-kheo và Bồ-tát nói ra trong lúc Ngài nhập định. Vì vậy sau khi xả thiền Ngài đã phê bình và chấp thuận lời giảng của Bồ-tát. Ngài khuyên những ai muốn thực hành *"tuệ giác thâm sâu"* (the practice of the profound perfection of wisdom) thì phải theo đúng con đường tu tập mà Bồ-tát đã dạy.

*
* *

Chương Sáu — TỔNG KẾT

Trí tuệ siêu việt (Prajnaparamita) là trí tuệ vượt qua tất cả nhị nguyên của trí tuệ bình thường. Prajnaparamita là trí tuệ của *Giác ngộ*, của *Phật thể tánh* (Buddha Svabhava), của *Phật đạo* (Buddhahood), của *Phật tánh* (Buddha dhartu). Tất cả các kinh điển Phật giáo đều triển khai trí tuệ siêu việt, nhưng quyển Kinh giảng giải thâm sâu về trí tuệ là quyển *Bát-nhã Tâm Kinh* (Prajnaparamita Heart Sutra). Như đã nói trên, Kinh giải thích *"tất cả các pháp là Không"* (All dharmas are sunya /All phenomena are empty) qua phép tu, chẳng những giúp trí tuệ vượt qua các chướng ngại của các sự vật, các sự kiện, các hiện tượng mà còn vượt qua ngay cả các diễn trình của tâm và sinh lý mà nó tạo nên các sự vật, các sự kiện, các hiện tượng.

Cốt tủy của Tâm Kinh là tinh thần **phá chấp ngã**, **phá chấp pháp**.

Tâm Kinh tạo nên *tinh thần phóng khoáng* giúp hành giả diệt trừ mọi bám víu vào những quan niệm cực đoan, hẹp hòi. Tâm Kinh giúp hành giả biết tôn trọng quan điểm của người khác, biết tha thứ, biết thương người khác như thương chính mình.

Nói tóm, trí tuệ siêu việt quán chiếu thực tại ở mọi thời, mọi nơi, mọi hoàn cảnh để vượt qua các chướng ngại, vượt qua các sự sợ hãi và thắng được nỗi thống khổ.

*
* *

Tâm Kinh đã dạy các hành giả Đại thừa (Mahayana practitioners) con đường tu tập thiền quán *"trí tuệ siêu việt"*. Tâm Kinh đã giảng giải ý nghĩa triết lý của trí tuệ siêu việt, cách phát triển và nâng cao trí tuệ.

Nếu chúng ta là hành giả Đại thừa hay đang muốn trở thành hành giả Đại thừa với mục đích chính yếu là thành tựu giải thoát vì lợi ích cho mình và cho chúng sanh, và để thành tựu giải thoát thì chúng ta cần thực hành tu tập 5 con đường của pháp tu *"trí tuệ siêu việt"* mà Đức Bồ-tát Quán-tự-tại xuyên qua thần lực của Đức Phật đã giảng. Trước hết chúng ta phải quyết tâm dứt khoát thoát vòng luân hồi. Rồi phải suy ngẫm về nỗi thống khổ của người khác để chúng ta phát triển lòng đại từ, đại bi nơi tâm thức chúng ta, đây là điều rất quý giá của tâm thức giác ngộ. Khi tâm thức đã *"đắc"* được con đường tu tập thứ nhất, con đường tích luỹ cơ duyên lành. Rồi tiếp tục thực hành con đường thứ hai đến con đường thứ năm. Khi thành tựu được con đường thứ năm thì chúng ta được giác ngộ, được giải thoát, và không còn gì để phải đắc, để phải học nữa (no attainment, no more learning). Do đó, mục đích chính của việc học tập, suy ngẫm và thiền quán về *"trí tuệ siêu việt"* là phát triển và làm gia tăng từ tầng một của con đường tu tập về *"trí tuệ siêu việt"* trong tâm thức của chúng ta.

Khi đã đạt được sự thấu hiểu về **"tánh không"** và **"trí tuệ siêu việt"**, điều lợi ích tiếp theo là phải hằng sống với Tâm Kinh.

Tất cả chúng ta điều nhận biết rằng trong cuộc đời chúng ta luôn luôn phải đối diện với những chướng ngại, những rắc rối, những khó khăn; và chúng ta cũng hiểu rõ rằng không có một chúng sanh nào (there is not a single being) có thể thoát khỏi tất cả những chướng ngại, những rắc rối, những khó khăn trong cuộc đời cả. Chúng ta thấu hiểu Tâm Kinh và thực hành tụng niệm Tâm Kinh như là một phương cách giúp *tâm thức phát triển trí tuệ,* và nhờ đó *vượt qua được các chướng ngại,* rồi *không còn sợ hãi, xa lìa mộng tưởng đảo điên, cuối cùng chứng đắc được Niết Bàn* :

"**Bồ-đề-tát-đỏa y Bát-nhã Ba-la-mật-đa cố, tâm vô quái ngại, vô quái ngại cố, vô hữu khủng bố viễn ly điên đảo mộng tưởng, cứu cánh Niết-bàn**"

Tóm lại, chúng ta **không chỉ** tụng Tâm Kinh, học, hiểu và thiền quán Tâm Kinh, mà điều thiết yếu là **cần phải nhớ thực hành Tâm Kinh, nghĩa là phải hằng tỉnh, hằng giác, luôn luôn nhớ trở về sống với Trí tuệ Bát-nhã sẵn có nơi mỗi người**. Khi cố gắng thực hành thuần thục, thâm sâu rồi, chúng ta sẽ có khả năng **phá vỡ được chấp ngã, chấp pháp, vượt qua mọi chướng ngại, chế ngự được những sợ hãi, giải thoát khỏi phiền não, khổ đau,** . . . Chúng ta cũng sẽ có thể đạt được **Niết-bàn tự tâm**, an nhiên tự tại trước những biến đổi vô thường trong cuộc sống; và nhất là mở rộng **tâm từ bi** đối với tất cả chúng sanh.

*
* *

Chúng ta đã biết **nguyên lý phủ định** trong Tâm Kinh là một hệ luận, một sự triển khai của **"tinh thần hoài nghi"** mà Đức Phật lịch sử (khoảng 563 – 483 tr. CN) đã giảng trong Kinh Kalama[1] (Kalama Sutra/Sutta), đại ý của bài thuyết Pháp nổi tiếng này như sau:

"- Đừng tin bất cứ điều gì một cách dễ dàng mà các đệ tử vừa nghe qua.

- Đừng tin vào bất cứ điều gì một cách dễ dàng mà nhiều người nói đến, nhiều người đồn đãi.

- Đừng tin vào bất cứ điều gì một cách dễ dàng mà các đệ tử đã đọc được trong các sách giảng về một giáo điều, về một chủ nghĩa, về một tư tưởng triết học.

- Đừng tin vào bất cứ điều gì một cách dễ dàng chỉ vì điều đó được nói ra bởi các bậc thầy, bởi các bậc trưởng thượng.

- Đừng tin một cách dễ dàng vào những tập tục, những truyền thống mà chúng đã được truyền đệ qua nhiều thế hệ.

*Điều cần nhất là đệ tử **phải quan sát và phân tích** tất cả các điều đó để xác định rằng điều gì tốt và có ích cho người khác và cho chính bản thân mình; **sau đó thì hãy chấp nhận điều tốt ấy và sống theo điều này.***"

---

(1) *Kinh Kalama* (Kalama Sutra/Sutta): các nhà Phật học Tây phương dịch là *"Discourse to the Kalamas"* / Bài thuyết Pháp cho bộ tộc Kalamas.

Bộ tộc Kalamas cư trú ở thị trấn nhỏ Kesaputta của Kosala, Kosala ở phía Tây Bắc của Magadha, Đức Phật lịch sử thường sống ở đây trong một khoảng thời gian dài của cuộc đời Ngài. Kinh này ở trong "Anguttara Nikaya III (of Tipitaka), p. 65 (Bản dịch Anh ngữ của Pali Text Society), và ở trong "the Book of the Three, p. 170 (Bản dịch Anh ngữ của The Buddhist Publication Society).

TÀI LIỆU THAM KHẢO BÁT-NHÃ TÂM KINH

Tài liệu tham khảo chính yếu 1:

- Bhikkhu Bodhi, edited & introduced, *In the Buddha's Words: An Anthology of Discourses from the Pali Canon*, Foreword by *The Dalai Lama*, Boston: Wisdom Publications, 2005.
-Gombrich, Richard, *Theravada Buddhism*, London: Routledge, First published 1988, Reprinted 1991, 1994, 1995.
-Kalupahana, David J., *Buddhist Philosophy: A Historical Analysis*, Honolulu: University of Hawai Press, 1976.
-Murti, T.R.V., *The Central Philosophy of Buddhism*, London: Unwin Paperbacks, First published in 1955, Reprinted in 1987.
-Narada, Mahathera, *The Buddha and his Teachings*, Kandy (Sri Lanka): Buddhist Publication Society, First enlarged edition: 1964, Second revised and enlarged edition: 1973.
-Siderits, Mark, *Buddhism as a philosophy*, Indianapolis: Hackett Publishing Co., 2007
-Thích Chơn Thiện, *Phật học Khái luận*, California: Thanh Văn, 1992.
-Thích Quảng Liên, *Sử cương Triết học Ấn độ*, Saigon: tác giả x.b., bài cours cho sinh viên chứng chỉ Triết học Ấn độ, ĐHVK Saigon, 1965.
-Thích Thanh Kiểm, Lược sử Phật giáo Ấn độ, Saigon: Lê Thanh thư xã, 1963.
-Thích Thiện Hoa, *Phật học Phổ thông từ khóa I đến khóa XII* (gồm 12 quyển), đã xuất bản ở Saigon từ 1955 – 1964. Tái bản: Phật Học Viện Quốc tế, Sepulveda, CA, USA, 1982.
-Williams, Paul, *Mahayana Buddhism*, London: Routledge, First published 1989, Reprinted 1991, 1993.

Tài liệu tham khảo chính yếu 2:

-Alfred Jules Ayer, *Language, Truth & Logic*, New York:Dover Publications Inc., written in Jan. 1946, First published in 1952, Second edition in1956.
-Andrea Nye, Editor, *Philosophy of language: The big questions*, Oxford: Blackwell Publishers Ltd. 1998.
-Boka Rimpoch & Khenpo Donyo, *Profound Wisdom of The Heart Sutra*, Translation from Tibetan into French by Tashi Oser, Francois Jacquemart &Rinchen Tsono. English translation by Christian Buchet, San Francisco: Clear Point Press, 1994.
-Donald S. Lopez Jr., *The Heart Sutra Explained*, Albany: State University of New York Press, 1988.

- Edward Conze, *Buddhist Wisdom: The Diamond Sutra and the Heart Sutra*, London: George Allen & Unwin Ltd., 1957.
- Edward Conze, *The Ontology of the Prajnaparamita*, Philosophy East & West No. 2, July 1953.
- Edward Conze, *The Prajnaparamita Literature*, London: Mouton & Co., 1960.
- Đoàn Trung Còn, *Phật học Tự điển* (Bộ sách gồm 3 quyển), xuất bản ở Sài Gòn năm 1963; California: Phật học viện Quốc tế tái bản, 1994.
- Geshe Kelsang Gyatso, *Heart of Wisdom: A commentary to the Heart Sutra*, London: Tharpa Publications, 1986.
- Hạnh cơ, *Từ ngữ Phật học* (quyển Thượng), California: Ban Bảo trợ Phiên dịch Pháp tạng Việt Nam, 2009.
- Hạnh Cơ, *Từ ngữ Phật học* (quyển Hạ), California: Ban Bảo trợ Phiên dịch Pháp tạng Việt Nam, 2010.
- Jeffrey Hopkins, *Meditation on Emptiness*, (First published in 1983) Boston: Wisdom Publications, 1996.
- Lê Tôn Nghiêm, *Đâu là căn nguyên tư tưởng/Con đường triết lý từ Kant đến Heidegger*, Sài Gòn: Trình Bầy, 1970, NXB Đại Nam in lại, California, 1990.
- Lê Tôn Nghiêm, Heidegger trước sự phá sản của tư tưởng Tây phương, Sài Gòn: Lá Bối, 1970.
- Lê Tôn Nghiêm, *Lịch sử Triết học Tây phương* (gồm 3 quyển), Sài Gòn: Trung tâm học liệu xuất bản khoảng 1971. In lại bởi NXB Thành phố HCM, 2000.
- Mai Thọ Truyền, *Bát-nhã ba-la-mật-đa Tâm kinh - Việt giải*, Sài Gòn: Chùa Xá Lợi, 1964.
- Nagarjuna's *"Seventy Stanzas": A Buddhist Psychology of Emptiness*, translated of Text and Commentary by Veneral Geshe Sonam Rinchen, Tenzin Dorjee and David Ross Komito. New York: Snow Lion Publications, 1987.
- Nagarjuna's Mulamadhyanamakakarika. Translation and Commentary by Jay L. Garfield, Oxford: Oxford University Press, 1995.
- Nguyễn Duy Cần, *Lão Tử Đạo Đức Kinh - dịch và bình chú*. Sài Gòn: Khai Trí xuất bản trước 1975.
- Nguyễn Duy Cần, *Trang Tử Nam Hoa Kinh (2quyển) - dịch và bình chú*. Sài Gòn: Khai Trí xuất bản trước 1975.
- Nguyễn Duy Cần, *Triết học Lão Trang, bài cours cho chứng chỉ Triết học Trung Hoa niên khoá 1968 – 1969*, ĐHVK Sài Gòn.

(GS Nguyễn Duy Cần đã là Trưởng ban triết học Đông phương ở trường ĐHVK Sài Gòn, Thầy cũng có dạy ở ĐH Vạn Hạnh)

- Nguyễn Vĩnh Thượng, *Luận Lý Học lớp 12 ABCD*, Sài Gòn: Hiện Đại phát hành, 1972.
- Nguyễn Vĩnh Thượng, *Các bài biên khảo Phật học* đã đăng trên các Website Thư Viện Hoa Sen, Trang nhà Quảng Đức, Chùa A-di-đà Australia, An Phong An Bình v…v…, gồm có:
  - *Phật giáo như là một Triết học hay như là một tôn giáo*, 2014.
  - *Cuộc đời của Đức Phật Mâu-ni*, 2014.
  - *Phật giáo Nguyên Thuỷ, Thượng Tọa Bộ và Phật giáo Phát triển*, 2016.
  - *Nguỵ kinh trong thời kỳ Phật giáo Phát triển*, 2016.

- *Bát Chánh Đạo*, 2017.
- *Ngũ Uẩn*, 2017.
- *Tứ Pháp Ấn*, 2017.
- *Con đường Trung đạo*, 2017.
- *Tứ diệu đế*, 2017.
- *Duyên khởi hay Thập nhị Nhân Duyên*, 2017.
- *Lục độ Ba-la-mật-đa*, 2018.

- Như Hạnh, *Vài ghi chú về Tâm Kinh Bát-nhã (Prajnaparamita Hrdaya –Sutra) trong truyền thống Phật giáo Việt Nam*. San Jose: Tạp chí văn hoá Văn Uyển: -số 1, 15 Aug 1989, tr.47 -54; -số 2, Oct. 1989, tr.63-72; -số 3, Dec. 1989, tr.42-49; -số 4, Feb 1990, tr. 35-44.

- Như Hạnh, *Bát-nhã Tâm kinh Trực giải của Hòa Thượng Minh Chánh* (do Như Hạnh công bố và thảo luận).San Jose: Tạp chí văn hoá Văn Uyển: -số 1, 15 Aug 1989, tr.47 -54; -số 2, Oct. 1989, tr.63-72; -số 3, Dec. 1989, tr.42-49; -số 4, Feb 1990, tr. 35-44. (Như Hạnh, Ph.D. về Tôn giáo Tỉ giáo, Đại học Harvard, dạy học và định cư ở Cambridge, Massachsettes. Nguồn: Tạp chí Văn hoá Văn tuyển, số 2, Oct. 1989, tr. 73)

-0'connor, D.J., editor, *A Critical History of Western Philosophy*, New York: The Free Press, 1985.

-Sangharat Shita, *Wisdom Beyond Words: Sense and Non-sense in the Buddhist Prajnaparamita Tradition*. Glasgow, England: Windhorse Publication, 1993.

-Tenzin Gyatso, the fourteenth Dalai Lama, *Essence of the Heart Sutra*. Translated and Edited by Geshe Thupten Jinpa. Boston: Wisdom Publication, 2002.

-Thích Đức Niệm, *Tâm Kinh Yếu Giải*. California: Phật học viện Quốc tế, 1998.

-Thích Đức Nghiệp, *Tam luận toàn tập* (dịch từ chữ Hán ra Việt ngữ): 1. *Trung Luận và 2. Thập Nhị Môn Luận của Nagarjuna (Long Thọ); Bách Luận của Arya-Deva (Thánh Thiên)*. Hà Nội: NXB Tôn Giáo, 2002.

-Thích Thiện Hoa, *Bát-nhã Tâm kinh - dịch nghĩa và lược giải* (trong Bộ Phật học Phổ thông khóa thứ XII, Sài Gòn, 1965. California: Phật học Viện Quốc tế tái bản 1982.

-Thích Trí Thủ, *Tâm Kinh Bát-nhã ba-la-mật-đa*, Etobicoke (Toronto, Canada): Phổ Hiền tùng thư tái bản lần thứ 4, 1996.

-Thích Tuệ Sỹ, *Triết học về Tánh Không*, xuất bản ở Sài Gòn trước 1975. California: Phật học viện Quốc tế tái bản, 1984.

Further Reading

***Prajñāpāramitā - hṛdaya* Sutra/ Heart Sutra Essays:**

- The Heart Sūtra - Indian or Chinese? (17 Sep 2007) Precis of Jan Nattier's 1992 article on the provenance of the Heart Sutra.

- Words in mantras that end in -e (6 Mar 2009) The Grammatical function of the -e case marker in mantras, suggesting that this is from Prakrit and indicates a masculine nominative singular.
- Tadyathā in the Heart Sūtra. (13 Nov 2009) Grammar and syntax of tadyathā in relationship to mantras. Not originally intended to be included in recitation.
- Some Additional Notes: The -e ending in mantras. (30 Jul 2010) Further note on the -e ending which shows that it was in widespread us as nominative singular in Northern India [Signe Cohen].
- Heart Sutra Syntax .(23 Nov 2012) Initial notes on a grammatical error discovered in Conze's critical edition of the Sanskrit Heart Sutra, with proposed changes to the text. Now submitted to an academic journal.
- Heart Sutra: Horiuzi Palm-leaf mss. Transcription (5 Dec 2012) An important Sanskrit manuscript of the Heart Sutra.
- Emptiness for Beginners. (14 Feb 2013) Brief explanation of the concept of emptiness based on close study of Nāgārjuna's *Mūlamadhyamkakārikā*.
- Heart Sutra Mantra. (30 Aug 2013) Detailed notes on the source texts for the mantra found in the Heart Sutra. Definition of mantra vs *dhāraṇī* with suggestion that the "mantra" is in fact a *dhāraṇī*.
- Heart Sutra Mantra Epithets. (6 Sep 2013) Notes on the epithets often associated with the mantra. Shows that "mantra" is probably the wrong Sanskrit word, and that the source texts, particularly *Pañcaviṃśatisāhasrikā Prajñāpāramitā Sūtra* has "*vidyā*". Epithets are in fact unrelated to the *dhāraṇī* and refer to *prajñāpāramitā* more generally.
- Who Translated the Heart Sutra into Sanskrit? (13 Sep 2013). Using idiosyncrasies in the language to place limits on who could have translated it from Chinese to Sanskrit.
- Fixing Problems in the Sanskrit Heart Sūtra. (20 Sep 2013). Given the problems created by translating from Chinese into Sanskrit, how would we improve on the present sutra.
- A New Sanskrit Heart Sutra. (27 Sep 2013). A revision of the edition of the Heart Sutra by Edward Conze, with some back story, notes and a new translation.
- An Alternate Sanskrit Heart Sutra. (11 Oct 2013). A speculative text based on extracts of the Gilgit manuscript of the *Pañcaviṃśatisāhasrikā Prajñāpāramitā Sūtra*.
- Why is there a Dhāraṇī in the Heart Sūtra? (18 Oct 2013) Looking at *dhāraṇī*, attitudes of scholars and the role of magic in Buddhism through the lens of Ariel Glucklich's work.
- Variations in the Heart Sutra in Chinese. (25 Oct 2013) Examining a critique of Jan Nattier's Chinese origins thesis on the basis of variant readings in the Chinese Tripiṭaka. •
The Act of Truth in Relation to the Heart Sutra. (1 Nov 2013) Description of the *satyakiriya* or act of truth, an obscure branch of Buddhist lore and how it might inform the use of a text like the Heart Sutra
- Roots of the Heart Sutra. (15 Aug 2014). A possible source text for the epithets passage in the *Hṛdaya* in the form of a verse from the *Ratnaguṇasaṃcayagāthā*.

- New Heart Sutra Manuscript. (26 Dec 2014). Diplomatic edition of *EAP676/2/5: Ārya Pañcaviṁśatikā Prajñāpāramitā Mantranāma Dhāraṇī* (aka the long text Heart Sutra).
- Chinese Heart Sutra: Dates and Attributions. (3 April 2015). A critical review of Jan Nattier's arguments about the chronology of the Heart Sutra, in the light of a 2003 article by Dan Lusthaus presenting evidence which he argues poses a serious challenge to Nattier's theory.
- Avalokiteśvara & the Heart Sutra. (24 Apr 2015) Forensic examination of the name in Sanskrit, Chinese and Tibetan, along with some notes about the role of the bodhisatva in the *Prajñāpāramitāhṛdaya*.
- The Heart Sutra in Middle Chinese. (15 May 2015). A transcription of the *Xīnjīng* or the *Heart Sutra* according to the Baxter & Sagart reconstruction of Middle Chinese. This is the Heart Sutra as it might have sounded at the time it was composed.
- Form is Emptiness. Part I: Establishing the Text. (17 Jul 2015) First part of this essay works through the process of establishing the text to be commented on. The method involves examining the manuscript/epigraphical tradition of Sanskrit and the canonical Chinese texts as well as versions of the *Pañcaviṁśatisāhasrikā-prajñāpāramitā-sūtra* in both languages.
- Form is Emptiness. Part II: Commentary. (24 Jul 2015) In the second part of this essay we briefly consider the traditional commentaries, then move on to treating the *Aṣṭasāhasrikā-prajñāpāramitā-sūtra* as a commentary on the famous passage from the Heart Sutra, providing an authoritative alternative to the common Zen inspired readings of the text.
- Form is Emptiness. Part III: Commentary continued. (31 Jul 2015). In the third and final part of this essay we discover that the phrase *rūpam śūnyatā śūnytaiva rūpaṃ* has in fact been altered. In the Aṣṭa it is *rūpameva māyā māyaiva rūpam*. We explore the implications of this, and sum up the whole project.
- Taishō 256: The Other Chinese Heart Sutra. (25 Dec 2015). A first look at the other short text Heart Sutra in the Chinese Tripiṭaka and the associated manuscript in the British Library. Previously attributed to Xuanzang, this essay shows why it is not associated with Amoghavajra.
- The Oldest Dated Heart Sutra. (1 Jan 2015). The story of the stele commonly known as 集王聖教序并記 or Preface and Notes to the Preface to the Holy Teaching with the Collected Wang's Calligraphy. Erected in 672, composed using examples of the calligraphy of 王羲之 Wang Xizhi, it is the oldest dated version of the Heart Sutra.
- **Source**: http://www.visiblemantra.org/heartsutra.html

TIỂU SỬ TÁC GIẢ

GS Nguyễn Vĩnh Thượng, nhà giáo, nhà biên khảo

Nguyễn Vĩnh Thượng là một Giáo sư trung học đã làm việc trong nhiều lãnh vực: giáo dục, biên khảo và công chức ngành xã hội. Ông còn có bút hiệu là Nguyên Thương dành cho các bài văn thơ diễn tả tình cảm nhẹ nhàng. Ông sanh năm 1944 tại quận Cao Lãnh, tỉnh Sa Đéc, Việt Nam.

Giai đoạn ở Việt Nam

Học vấn:

-1956 - 1963: Học sinh trường Trung học *Petrus Trương Vĩnh Ký*, Sài Gòn.

-1967: -*Cử nhân Phật học*, Phân khoa Phật học và Triết học Đông phương, Viện Đại học Vạn Hạnh, Sài Gòn.

-*Cử nhân Văn Khoa*, Phân khoa Văn học và Khoa học nhân văn, Viện Đại học Vạn Hạnh, Sài Gòn.

-1969: *Cử nhân giáo khoa Triết học Đông phương*, Trường Đại học Văn khoa, Viện Đại học Sài Gòn.

-1970: *Cử nhân giáo khoa Triết học Tây phương*, Trường Đại học Văn khoa, Viện Đại học Sài Gòn.

-1974: *Chứng chỉ năm thứ ba Cử Nhân Luật Khoa-Ban Tư Pháp*, Luật Khoa Đại Học Đường, Viện Đại Học Sài Gòn.

Việc làm:

-1969 - 30 tháng 4 năm 1975: Giáo sư *triết học* tại các trường Trung học Cần Đước, Petrus Ký, Hồ Ngọc Cẩn, Nguyễn An Ninh và trường Sư phạm Sài Gòn.

-1971- 1972: *Chuyên viên giáo dục* tại Nha Kế hoạch và Pháp chế học vụ, Bộ Văn hoá Giáo dục và Thanh niên VNCH, Sài Gòn.

- 1972 - 30 tháng 4 năm 1975: *Thanh Tra* tại Sở Tiểu học Sài-gòn phụ trách học vụ của 20 trường Trung Tiểu học ở Đô thành Saigon; và tại Văn Phòng Phụ tá Đặc biệt Tổng Trưởng đặc trách ngành Trung Tiểu học, Bộ Văn hoá giáo dục và Thanh niên VNCH, Sài Gòn.
- Sau 30 tháng 4, 1975 - đến tháng 6, 1979: dạy toán học tại các trường Trung học Phổ thông cấp 3 Tây Sơn và Marie Curie.

Giai đoạn ở Canada

Học vấn:
- 1987 - 1992: Diplomas in:
- *Community work* tại George Brown-The City College, Toronto, Ontario, Canada;
- *Accounting and Canadian Personal & Corporate Taxation* tại Seneca college of Applied Arts and Technology, Toronto, Canada;
- *Social work* tại Humber College – Institute of Technology and Advanced Learning, Toronto, Ontario, Canada.

Việc làm:

- 1990 - 1992: Office manager/ Quản lý văn phòng tại Vita Income Tax Accounting and Paralegal Services, Toronto, Ontario, Canada.
- 1992 đến cuối năm 2014: *Social Services Worker*/ Social Assistance Caseworker (Công chức phụ trách trợ cấp phúc lợi xã hội) tại Social Services Department, Mississauga office, trực thuộc Regional Municipality of Peel, vùng Greater Toronto Area (GTA), tỉnh Ontario, Canada.

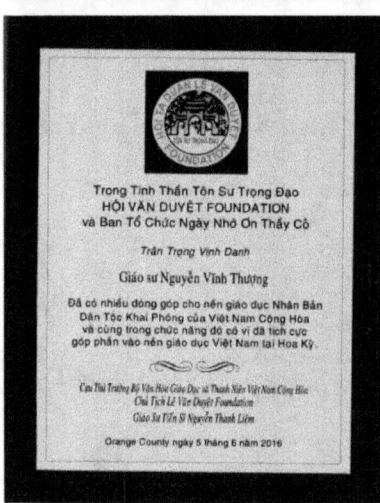

- Từ cuối năm 2014 đến nay: về hưu, đọc sách, viết lách và hưởng nhàn; cộng tác với các Website Thư Viện Hoa Sen, Trang Nhà Quảng Đức, Chùa A-di-đà Australia, An Phong - An Bình

- GS Nguyễn Vĩnh Thượng được vinh danh là nhà giáo dục đã có công với nền Giáo dục Quốc gia Việt Nam trước 1975, trong *Ngày Tôn Sư Trọng Đạo năm 2016* do Hội Lê Văn Duyệt Foundation tổ chức long trọng vào trưa Chúa Nhật ngày 05 tháng 6 năm 2016 tại Nam California – USA.

Trang 114 trong BNTK Giảng luận:

***Tác phẩm:

Sách:

- *Bộ sách giáo khoa triết học lớp 12*, do Hiện Đại phát hành tại Sài-Gòn, năm 1972:
    - Đạo Đức học 12ABCD , - Luận lý học 12ABCD
    - Tâm Lý học 12 AC , - Siêu hình học 12C.
- *Bộ sách câu hỏi giáo khoa triết lớp 12*, do Hiện Đại phát hành tại Sài Gòn, năm 1973:
    - *Câu hỏi giáo khoa Đạo đức học và Luận lý học 12 ABCD*
    - *Câu hỏi giáo khoa Tâm lý học và Siêu hình học 12AC.*
- *Bộ sách trắc nghiệm triết học lớp 12*, viết chung với Bùi Văn Bình, Nguyễn Hữu Hiệp, Lê Trường Xuân, Phan Quang An , do Yiểm Yiểm xuất bản tại Sài Gòn:
    - *Trắc nghiệm Đạo Đức học và Luận Lý học 12B*, tháng 2 năm 1975
    - *Trắc nghiệm Đạo Đức học, Luận lý học và Tâm lý học 12A* , tháng 3 năm 1975.
- *Tư Tưởng Phật giáo trong văn học thời Lý*, Hiện Đại xuất bản tại Toronto, Ontario, Canada,1996. Phật Học Viện Quốc tế và NXB Văn Nghệ phát hành ở California, Hoa Kỳ.Tái bản lần thứ nhất có sửa chữa và bổ túc; in và phát hành tại USA bởi LuLu Press, 2020.
- *Tuyển Tập Biên Khảo Nguyễn Vĩnh Thượng* – ebook, Website An Phong An Bình, Toronto, Canada, 2016. In và phát hành tại USA bởi Amazon, 2018.
- *Bát-nhã Tâm Kinh Chú Giảng* – ebook, Website An Phong An Bình, Toronto, Canada,2018. In và phát hành tại USA bởi Amazon, 2018. Tái bản lần thứ nhất: in và phát hành tại USA bởi Barnes & Noble Press, 2019.
- *Triết học Phật giáo và những Luận đề* -ebook, Website An Phong An Bình, Toronto, Canada, 2020. In và Phát hành tại USA bởi LuLu Press, 2020.
- *Tư tưởng Phật giáo trong Văn học thời Trần*, ebook, Website An Phong An Bình, Toronto, Canada, 2021. In và phát hành tại USA bởi LuLu Press, 2021.

Bài viết:

- Các Hiệp Hội Tín Dụng tại tỉnh Ontario, Canada. Toronto, 1988.
- Hệ thống tư pháp bảo trợ tại tỉnh Ontario, Canada. Toronto, 1989.
- Trương Vĩnh Ký, Nhà Văn Hóa Lỗi Lạc. Toronto, 1999.
- Về một nhà giáo thời VNCH: GS TS Nguyễn Thanh Liêm, Nhà Văn Hóa Giáo Dục Nhân Bản Việt Nam, trong quyển "Kỷ Niệm về GS Nguyễn Thanh Liêm". California, 2010.
- Đạo Phật như là một Triết học hay như là một Tôn giáo. Toronto, 2014
- Cuộc đời của Đức Phật Thích ca. Toronto,2015.
- Thầy Tạ Ký - nhà giáo, nhà thơ. Toronto, 2015.
- Thầy Trần Thành Minh - một nhà giáo tận tuỵ. Toronto, 2016.
- GS TS Trần Huệ, thầy tôi, Toronto, 2016.
- *An analysis of the Liberal-NDP Accord 1985 in Ontario, Canada*. Written in 1986.
- *A Cross-cultural Glimpse of the Vietnamese People in Canada*. Written in 1992 vân .. vân ...
- Website: *An phong-An bình* , 2013   http://an-phong-an-binh.blogspot.ca

www.ingramcontent.com/pod-product-compliance
Lightning Source LLC
Chambersburg PA
CBHW060425010526
44118CB00017B/2359